தீர்மானம்

ரிஸ்வான் ராஜா

டிஸ்கவரி பப்ளிகேஷன்ஸ்
எண்: 9, பிளாட் எண்: 1080A, ரோஹிணி பிளாட்ஸ்
முனுசாமி சாலை, கே.கே.நகர் மேற்கு,
சென்னை - 600 078. பேச: 99404 46650

வெளியீட்டு எண்: 0293

தீர்மானம் (சிறுகதை)
ஆசிரியர்: ரிஸ்வான் ராஜா©
Theermanam (Short Story)

Author: Rizwan Raja©
Print in India

1st Edition : Oct - 2023
ISBN No : 978-93-95285-95-7

Pages - 96
Rs - 120

Publisher • Sales Rights

Discovery Publications
No. 9, Plot,1080A, Rohini Flats,
Munusamy Salai,
K.K.Nagar West, Chennai - 78.
Tamilnadu, India.
Mobile: +91 99404 46650

Discovery Book Palace (P) Ltd
No. 1055-B, Munusamy Salai,
K.K.Nagar West,
Chennai-600 078.
Ph: (044) 4855 7525
Mobile: +91 87545 07070

discoverybookpalace@gmail.com / www.discoverybookpalace.com

இந்த நூலில் பிரசுரமாகியுள்ள எந்த ஒரு பகுதியையும் எழுத்துபூர்வமான முன்அனுமதி பெறாமல் எடுத்தாள்வதோ, மறுபிரசுரம் செய்வதோ, மொழியாக்கம் செய்வதோ, ஊடகங்களில் மறுபதிப்புச் செய்வதோ, காப்புரிமைச் சட்டப்படி தடை செய்யப்பட்டுள்ளது. இந்த நூலிலிருந்து சில பகுதிகளை மேற்கோள்காட்டி நூல்அறிமுகம் செய்யலாம்.

உங்கள் மொபைல் போனிலிருந்து ஸ்கேன் செய்து 'டிஸ்கவரி புக் பேலஸ்' மொபைல் ஆப்பை டவுன்லோடு செய்து, புத்தகங்களை வாங்குங்கள்.

சமர்ப்பணம்
அம்மா ரசூல் கனி
தங்கை ஃபகுமிதா அல் ரிஃபானா

உள்ளே

1. தீர்மானம் — 07
2. பெண் — 19
3. தனிமை — 27
4. டிஜிட்டல் இந்தியாவின் எந்திரனே வருக வருக! — 30
5. பொறி — 41
6. மூமா — 46
7. விளையாட்டு — 55
8. கையறுநிலை — 59
9. ஆம்பள பையன்தான — 69
10. ஒன்றுமில்லை — 24
11. கேலி — 83

தீர்மானம்

அத்தனை ஜன்னல்கள் இருந்தும் துளிக் காற்றுக்கூட நடுவில் நிற்பவர்களின் முகத்தில் படவில்லை. அந்தப் பேருந்தில், ஏற்கெனவே கசகசவென இருப்பவர்கள் உடம்போடு உடம்பு நெருக்கி உரசியபடி வருவதால், கூடுதலான எரிச்சல் எல்லார் முகத்திலும் தெரிந்தது. அழுதழுது தூங்கிப்போன குழந்தையை நெடுநேரம் தூக்கிக்கொண்டு நிற்பவளை இடித்துக்கொண்டு இறங்கியதில், தோளில் சாய்ந்திருந்த குழந்தை லேசாக முண்டியது.

முதுகை தட்டிக்கொடுக்க முடியாதபடி இன்னொரு கை, இருக்கையில் உள்ள கம்பியைப் பிடித்திருந்ததால், குழந்தையை தூக்கியுள்ள கையை தொட்டில் ஆட்டுவதைப்போல் மேலும் கீழும் ஆட்டினாள். அப்படியே திரும்பி மெதுவாக கழுத்தைப் பின்னோக்கி இழுத்து குழந்தை விழித்துவிட்டதாவென ஓரக்கண்ணில் நோட்டமிட்டாள். குழந்தை ஆழ்ந்து உறங்கிக்கொண்டிருந்தது. கண்ணீர் காய்ந்து, இமை முடிகள் ஒன்றோடொன்று ஒட்டியிருந்தன.

எதேச்சையாக குழந்தையின் கழுத்தைப் பார்த்ததும் அதிர்ச்சி யடைந்தாள். கழுத்தில் போட்டிருந்த இரண்டு பவுன் தங்கச்சங்கிலி காணாமல் போயிருந்தது. கம்பியை விட்டுவிட்டு பதற்றத்தோடு வேகவேகமாக கழுத்தைச் சுற்றித் தடவி, டி சர்ட்டின் உள்ளே கையை நுழைத்துத் தேடினாள்; கிடைக்கவில்லை!

“குழந்த கழுத்துல போட்டிருந்த செயின யாரோ திருடிட்டாங்க!” என்று சத்தம்போட்டாள்.

அவள் கத்தியதைத் தெளிவாகக் கேட்ட அத்தனைபேரும், அடுத்த நொடி அனிச்சையாக பாக்கெட்டில் வைத்திருந்த பர்ஸையும், அணிந்திருந்த நகைகளையும் ஒரு நிமிசம் தொட்டுப் பார்த்துக் கொண்டார்கள்.

சட்டெனத் திரும்பி தனக்குப் பின்னால் நின்றிருந்தவர்களை பார்த்தாள். படிய தலைவாரி மேற்சட்டையை சொருகி அவளின் கழுத்துக்குள் வெகுநேரமாக பெரும் மூச்சு விட்டுக்கொண்டிருந்த முப்பத்தியேழு வயது மதிக்கத்தக்கவன், அவள் பார்க்கிறாள் என்றதும் அதுவரை அவளுடைய அடிமுதுகில் படுத்திருந்த தனது புடைத்த தொப்பையை உள்ளிழுக்க முயற்சித்தான்.

அவளுக்கு இடதுபுறம், குழந்தைக்குப் பக்கத்தில் பாதி புருவத்தோடு சேர்ந்து கீழே இறங்கும் தழும்புடன், செம்பட்டைத் தலையோடு, கொஞ்சம் ஒல்லியாக, கருத்த தோலும் குழிவிழுந்த சிவந்த கண்களுமாய் வெளுத்துப்போன வேட்டி சட்டையோடு நாற்பத்தைந்து வயது மதிக்கத்தக்க ஒருவன் நின்றிருந்தான்.

அவளின் வலதுபுறம், இரண்டு கல்லூரி இளைஞர்களும், அவளின் இடது கையின் முன்பக்கத்தில், நெற்றியில் பெரிய குங்குமப் பொட்டுடன் உடல் பருமனான ஒரு பெண்ணும் நின்றிருந்தார்கள்.

இரண்டு மூன்று வினாடிக்குள் எல்லாரையும் பார்த்தவளின் பார்வை, அந்தத் தழும்பு முகத்தோடு, குழிவிழுந்த சிவந்த கண்களுமாய் இருப்பவனின் முன் நிலைக்கொண்டது. அவளோடு சேர்ந்து எல்லாரும் அவனையே பார்த்தனர். அவன் எதுவும் தெரியாதவன்போல அவளைப் பார்த்தான்.

அவனை முறைத்தவாறு சட்டென்று, “செயினைக் கொடுங்க!” என்றாள். அவன் கண்களை விரித்து திறுதிறுவென ‘எந்தச் செயின்’ என்பதுபோல நின்றான்.

“உங்களத்தான்... செயினக் கொடுங்க!”

“எம்மா, நான் ஒன்னும் எடுக்கலம்மா. நான்பாட்டுக்கு செவனேன்னு நிக்கிறேன். என்னையப்போயி சொல்றியேம்மா...” என்றான்.

அவளுக்கு உதவுவதாக எண்ணிய, அவளின் கழுத்துக்குள் பெரும் மூச்சுவிட்டவன், “எடுத்திருந்தியன்னா கொடுத்துடுயா” என்றான்.

“வண்டிய நிப்பாட்டுங்கப்பா!” என குரல் எழுந்தது. ஓட்டுனரின் காதில் விழவில்லைபோல... சீரான வேகத்தில் அவர் பேருந்தை இயக்கிக்கொண்டிருந்தார்.

தாளை நான்காக மடித்து சிறிய அலுமினிய தகட்டில் வைத்து மும்முரமாக குறுக்குக்கோடு போட்டுக்கொண்டிருந்த நடத்துனரிடம், “வண்டிய நிப்பாட்டச் சொல்லுங்க. செயின் களவு போயிருச்சாம்!”

என்றதும், உடனே அவர் தன் விரலில் மோதிரம்போல மாட்டித் தொங்கிக்கொண்டிருந்த விசிலை தொண்டை இறுக ஊதினார்.

ஓட்டுனர் எழுந்து பிரேக்கின் மேல் நின்று சலித்துக்கொண்டு, “என்னப்பா…” என்றார்.

“வண்டிய ஓரங்கட்டுங்கண்ணே… எவனோ செயின களவாண்டுட்டானாம்” என்றபடி, எல்லாரையும் நெருக்கி விலக்கி உள்ளே நுழைந்து நடுப்பகுதிக்குச் சென்றார். அதற்குள் பெண்களில் சிலர், “இதுக்குன்னே கூட்டமா இருக்கிற வண்டில ஏற வேண்டியது. திருட்டு நாய செருப்பாலயே அடிக்கணும்..!” என்றும், “கொழந்த கழுத்துலேர்ந்து அறுத்துருக்கான் பாரு. இவனுக்கெல்லாம் புள்ளக்குட்டிங்க இருக்காதா?'' என ஆளாளுக்குத் திட்டுவது கேட்டது.

அருகில் நின்ற கல்லூரி இளைஞன், சிவப்புக் கண்ணிடம், “செயின கொடுய்யா..!” என்றான்.

“நான் எடுக்கல தம்பி!” என்று இரு கைகளையும் விரித்துக் காட்டினான். கைகள் காப்புக் காய்த்திருந்தது. அவனுடைய இடது கட்டை விரலில் காயம் ஏற்பட்டு இரண்டு நாட்கள் ஆகிருக்க வேண்டும். நகத்தினுள் ரத்தம் கட்டி, முக்கால்வாசி நகம் கருப்பாகி விரல் சற்று வீங்கி இருந்தது.

“சுத்தி இத்தன பேரு நிக்கும்போது ஒன்ன மட்டும் சொல்றாங்கன்னா. சும்மாவா சொல்லுவாங்க? ஒனுங்கு மரியாதையா கொடுத்துடு. இல்லன்னா மூஞ்சி மொகரையப் பேத்துடுவேன்” என்று மற்றொரு இளைஞன் அவனுடைய முகத்துக்கு முன் விரலை நீட்டி எச்சரித்தான்.

தனது இடது கையின்மேல் அடித்து, “சத்தியமா நான் எடுக்கலைங்க. வேணும்னா பாருங்க…” என்று தனது மேற்சட்டைப் பைனுள் கையைவிட்டு உள் துணியை வெளியே எடுத்துக் காட்டினான். பாக்கெட்டின் உள்தையலில் மண்துகள்கள் ஒட்டியிருந்ததே தவிற வேறொன்றும் இல்லை.

“ஒனுங்கா கேட்டா இவனுக்குச் சரிப்பட்டு வராது…” என்ற அந்த இளைஞன், பாதிக் கன்னத்தோடு சேர்த்து கழுத்தில் பலமாக ஒன்று விட்டான்.

அடிவாங்கிய வேகத்தில் நிலை தடுமாறிவன் இருகைகளாலும் அடி விழுந்த இடத்தை மூடிக்கொண்டான். அவனுடைய மூச்சு இரண்டு நொடிகள் நின்று, “ம்மா…” என்ற சொல் தொண்டையில் அழுந்தி வெளியே வந்தது.

அடுத்தடுத்து பிடரி, முதுகு என அடி விழுந்தது. நடத்துனர் “விடுங்க விடுங்க” என தடுத்தவர், அவனிடம் “யோவ், எடுத்திருந்தா கொடுத்துடு. தேவ இல்லாம அடி வாங்கிச் சாவாத..!” என்றார்.

அவ்வளவு அடி வாங்கியும் அவன் ஒத்துக்கொள்ளவில்லை.

“திருட்டு நாய மூஞ்ச பாத்தாலே தெரியிது அவன்தான் எடுத்திருப் பான்னு. பேசாம போலீஸ் ஸ்டேசனுக்கு வண்டிய வுடுங்க. அவங்க பாத்துக்குவாங்க” என்றார் ஒருவர்.

“ஏற்கெனவே பத்து நிமிசம் வண்டி லேட்டா போகுது. இதுல இதுவேற...” என்று முணங்கியபடி நடத்துனர் ஓட்டுனரிடம், “அண்ணே, வண்டிய ராமநாதன் ஹாஸ்பிட்டல் ரவுண்டானாவுல ரைட்டுல வளச்சி, மேம்பாலம் ரூட்ல சவுத் போலீஸ் ஸ்டேசன் இருக்குல, அங்க வுடுங்க!” என்று குரல் கொடுத்தார்.

போக தாமதமாகும் என்று நினைத்த ஒருசிலர், “எங்கள இங்கயே எறக்கிவிட்டுருங்க'' என்றனர். நடத்துனர் சம்மதிக்காமல் “அந்த ஆளு எடுக்கலன்னு சொல்றாரு. வேற யாராவது எடுத்துருந்தா என்ன பண்றது. எதா இருந்தாலும் ஸ்டேசனுக்கு போயிட்டுத்தான் போகணும். அதுவரைக்கும் வண்டில இருந்து யாரைம் எறக்கிவிட முடியாது!” என்று உறுதியாகச் சொல்லிவிட்டார்.

“எவனோ திருடுனத்துக்கு எங்க வேலையயெல்லாம் விட்டுட்டுத் தேவையில்லாம அலையிறதா” என்று கூட்டத்தில் குரல் வந்தது. ஒருசிலர் வாய்க்குள்ளேயே அவனைத்திட்டித் தீர்த்து நொந்துக்கொண்டார்கள்.

ஓரங்கட்டி நின்ற பேருந்து கிளம்பும்போது படிகளில் தொங்கியபடி வந்த பள்ளி மாணவர்கள் ஒன்றிரெண்டுபேர் ஏறாமல் நின்றுக்கொண்டனர். அதைப் பார்த்த ஒருவர், “பசங்க ஏறாம நின்னுக்கிட்டானுங்க” என்றார்.

“அவனுங்க, பஸ் ஸ்டாண்டுலேர்ந்து படில தொங்கிக்கிட்டுதான் வரானுங்க... வுடுங்க” என கூட்டத்திலிருந்து பதில் வந்தது.

அவனுக்கு கூடுதலாக வேர்த்தது. அவனுடைய சிவந்த கண்கள் கலங்கியிருந்தன. “என் பொண்டாட்டி புள்ளமேல சத்தியமா எடுக்கலங்க!” என்று மீண்டும் சத்தியம் செய்தான். அவன் சொல்லுக்கு யாரும் செவிசாய்க்கவில்லை.

அவ்வளவு கூட்டத்திலும் அவன் தப்பிவிடுவான் என்று நம்பிய அந்தக் கல்லூரி மாணவன், அவனுடைய சட்டைக் காலரை இறுக

முறுக்கிப் பிடித்திருந்தான். அவனுக்குத் தொண்டை இறுகியது. உடனே தன்னுடைய இரு கைகளாலும் பிடித்திருந்தவனின் கையை தளர்த்த முயற்சி செய்தான். முடியாமல்போக ஓர் இடத்தில் நிற்க முடியாமல் உடலை நெளித்தான்.

உடலோடு உடல் நெருக்கிக்கொண்டு வந்த பேருந்தில் இப்போது, கோவிலின் கர்ப்பக்கிரகத்தைச் சுற்றி வர இருக்கும் காலியிடத் தைப்போல், அவனைச் சுற்றியொரு இடைவெளி உண்டாகியிருந்தது.

சாலையோரத்தில் இருந்த காவல்நிலையத்தின் முன் பேருந்து நின்றது. ஓட்டுனரும் நடத்துனரும் இறங்கினார்கள். பழக்கத்தில் நடத்துனர் "சீக்கிரம் எறங்குங்க" என்று குரல்கொடுத்து இறக்கினார்.

காவல்நிலையத்தின் மதில் சுவற்றுக்கு அருகில் பேசிக்கொண்டு நின்ற மூன்று காவலர்களில் ஒருவர் மற்றவரிடம், "என்னங்க பிரச்சனை? பஸ்சோட வர்றாங்க..."

"திருட்டா இருக்கும். இல்லன்னா பொம்பளைய ஒரசியிருப் பானுங்க. வேற எதுக்கு பஸ்சோட வரப்போறாங்க..?" என்று பேசிக் கொண்டிருந்தவர்களிடம் சென்ற ஓட்டுனர், "வணக்கம் சார்" என்று ஆரம்பித்து நடந்ததைச் சொன்னதும் அவர்கள் பேருந்தின் அருகில் வந்தார்கள்.

சிலர் இறங்கிய பிறகு, பிடித்து வைத்திருந்த அந்த நபரை இறக்கினார்கள்.

அவனைப் பிடித்திருந்தவனிடம், "சட்டய விடுப்பா" என்று, திருடியதாகச் சொல்லப்படவனை, "நீ இந்தப் பக்கம் வா" என்று அவனுடைய மணிக்கட்டைப் பிடித்து அருகில் அழைத்துக்கொண்ட காவலர். "திருட்டுக்கொடுத்தது யாரு" எனக் கேட்டவாறு கூட்டத்தைப் பார்த்தார்.

"கொஞ்சம் வழியவிட்டு, அந்தம்மாவ முன்னாடி வரச் சொல்லுங்க" என்றார் நடத்துனர். குழந்தையுடன் அவள் முன்னே வந்தாள். "சரி, எல்லாரும் உள்ள போங்க" என்றார் மற்றொரு காவலர்.

அவன் கையைப் பிடித்திருந்த காவலர், அந்த அம்மாவையும், கூடவே நடத்துனர் மற்றும் ஓட்டுனரை மட்டும் காவல்நிலையத்துக்கு அழைத்துச் சென்றார். மற்ற பயணிகள் அனைவரையும் வாசலின் முன்னிருந்த பெரிய இடத்தில் நிற்க வைத்தார்கள். அங்கே ஒரு பெரிய மாமரமும் வேப்பமரமும் இருந்தன.

உள்ளே மதில் சுவரையொட்டி வலதுபக்கம் ஒரு பழைய தூசுப் படிந்த ஆட்டோ நின்றது. அதன் சக்கரங்களின் காற்று இறங்கி டயர் மடிந்து கிழிந்து மண்ணில் லேசாகப் புதைந்திருந்தது. அதன் மேற்கூரையில் திட்டுத்திட்டாக பறவைகளின் எச்சங்களும் சருகுகளும் கிடந்தன. பக்கத்திலேயே இரண்டு இருசக்கர வாகனங்கள் நின்றிருந்தன. இடது பக்கம் ஒரு ஜீப்பும், நான்கு இருசக்கர வாகனமும், ஒரு மிதிவண்டியும் நின்றிருந்தன.

வெளியே நிற்பவர்களை இரு காவலர்கள் கவனித்துக் கொண்டிருந்தனர். அப்போது ஒருவர் "ஆளு பாக்க ஒரு மார்க்கமாதான் இருக்கான். விசாரிக்கிற முறையில விசாரிச்சா உண்மைய ஒப்புக்குவான் பாரு" என்று சக பயணியிடம் சொன்னார்.

நாற்காலியில் உட்கார்ந்து தொலைபேசியில் பேசிக்கொண்டிருந்த காவல் ஆய்வாளர், அவர்களைப் பார்த்ததும் அழைப்பைத் துண்டித்துவிட்டு குழந்தையை தூக்கிக்கொண்டு நின்ற பெண்ணை எதிரில் இருந்த நாற்காலியில் அமரச் சொல்லி "என்ன விசயம் சொல்லுங்க?" என்றார்.

"குழந்த கழுத்துல இருந்த செயின இவரு திருடிட்டாரு சார்" என பக்கத்தில் நின்றவனை நோக்கி கையைக் காட்டினாள்.

காவல் ஆய்வாளர் அவனைப் பார்த்து "என்னய்யா?" என்றார்.

தாழ்ந்த குரலில் "நான் எடுக்கல சார்" என தலையை ஆட்டினான்.

அருகிலிருந்த காவலர், "சத்தமா சொல்லுயா" என்று அவனின் தோள்பட்டையை கையால் தட்டினார். உடனே, கொஞ்சம் சத்தமாக "நான் எடுக்கல சார்" என்றான்.

"நீ எடுக்கலன்னா அவங்க ஏன் ஒன்னையச் சொல்றாங்க?" என அதட்டல்தொனியில் கேட்டு, நன்றாக நிமிர்ந்து உட்கார்ந்தார் காவல் ஆய்வாளர்.

"தெரியலங்க சார்..." என்றபோது அவனின் கைகள் தானாக இல்லை என்பதாய் சைகை காட்டியது.

"ஒன் பேரென்னயா?"

"மாரிமுத்து சார்."

"வீடு எங்க இருக்கு?"

"புது பஸ் ஸ்டாண்டுக்குப் பின்னாடி ஒத்தயடிப் பாதையில நேரா போனம்னா எடது பக்கத்துல ஒரு எறக்கம் இருக்கு சார். அந்த எறக்கத்துலதான் வூடு."

“எறக்கத்துலன்னா... தெரு பேரச் சொல்லுயா” என்றார் பக்கத்தில் இருந்த காவலர்.

அவர் பதில் சொல்வதற்குள், “கலைஞர் நகரா” என்றார் காவல் ஆய்வாளர்.

“அதுக்குப் பக்கத்துலதான் சார்.”

புரிந்துக்கொண்டார் போல “ம்” என்பதாய் தலையாட்டிய காவல் ஆய்வாளர். அந்தப் பெண்ணிடம் “இல்லன்னு சொல்றாரேம்மா. எடுக்கும்போது பாத்திங்களா?”

“இல்ல சார்...”

“அப்பறம் எப்படி அவருதான் எடுத்தாருன்னு சொல்றீங்க..?”

“என் பின்னாடி நின்னவங்கள்ல இவருதான் பாக்க ஒருமாதிரி இருந்தாரு...”

“ஒரு மாதிரின்னா..?”

சற்றுத் தயங்கி, “இல்ல... திருடுற ஆள் மாதிரி இருந்தாரு சார்” என்றாள்.

உடனே மாரிமுத்து திரும்பி அந்த பெண்ணின் முகத்தைப் பார்த்து “உண்மையில நான் எடுக்கலம்மா” என்றான்.

“நீ பேசாத. அதான் சார் பேசிக்கிட்டு இருக்காங்கள்ல சும்மா இரு” என்றார் அருகில் இருந்த காவலர்.

“அப்ப சந்தேகம்தான் படுறீங்க. கண்டிப்பா அவருதான் எடுத்தாருன்னு தெரியாது அப்படித்தான?” என்றார் காவல் ஆய்வாளர்.

மீண்டும் அந்தப் பெண், “அவருதான் எடுத்துருக்கணும் சார்!” என்று உறுதியாகச் சொன்னாள்.

“சரி உங்களுக்குப் பக்கத்துல நின்ன வேற யாராவது பாத்தாங்களா?”

“தெரியல சார்...”

யோசித்தவர் நின்றுகொண்டிருந்த காவலரிடம், “அண்ணே, மத்த யாரும் பாத்தாங்களான்னு கேளுங்க. அப்படியே இவங்க பக்கத்துல நின்ன ஆளுங்களையும் நல்லா செக் பண்ணுங்க. எல்லார்கிட்டேயும் பேரு அட்ரஸ் எழுதி வாங்கிடுங்க!”

“சரிங்க சார்” என்று சென்றவர் அறைக்குள் இருந்த பெண் காவலர்களிடம் “எம்மா பிரியா, சாந்தி ரெண்டுபேரும் வாங்க” என

அழைத்துக்கொண்டு வெளியே வந்தார். பயணிகள் அங்கொருவர் இங்கொருவருமாக நின்றுகொண்டிருந்தார்கள். அவர்களை வரிசையாக நிற்கச் சொல்லி சோதனை செய்தார்கள்.

"நீங்க எந்த ஸ்டாப்ல ஏறுனீங்கம்மா?"

"மேரிஸ் கார்னர் சார்..."

"நீங்க பஸ் ஏறும்போது பாப்பா கழுத்துல செயின் இருந்திச்சா?"

"ம்... இருந்துச்சிங்க சார்."

"நல்லா தெரியுமா?"

"ம்... தெரியும் சார்!"

மாரிமுத்துவிடம், "நீ எங்கயா ஏறுன?" என்றார்.

"பழய பஸ் ஸ்டாண்டு சார்."

அவனைக் கவனித்துப் பார்த்த காவல் ஆய்வாளர் "என்னய்யா, ரவுடிப்பயலாட்டம் முகம் கையெல்லாம் தழும்பு. எங்கய்யா வேல செய்ற?"

அவர் அப்படிக் கேட்டதும் அவனும் தன் கைகளில் இருந்த தழும்புகளை ஒருகணம் பார்த்துவிட்டு, "கீழ வாசல்ல பழைய இரும்புக்கடையில சார்" என்றான்.

"ம்..." என தலையாட்டினார்.

"கண்டக்டர் சார். மேரிஸ் கார்னருக்கு அப்புறம் வண்டி எத்துன ஸ்டாப்ல நின்னுச்சி?"

நின்ற இடத்திலிருந்து சற்று முன்னாடி வந்த நடத்துனர், "வினோதகன் ஹாஸ்பிட்டல்ல நின்னுச்சி சார்..."

"அங்க யாரும் இறங்குனாங்களா?"

"ஒரு வயசானவரும் அவரோட பொண்டாட்டியும் எறங்குனாங்க. வேற யாரும் எறங்கல சார்!"

"மணி அண்ணே" என்று அழைத்தார். வேலை ஓய்வுபெறப்போகும் வயதுடைய ஒருவர் வேகமாக உள்ளே வந்து "எஸ் சார்" என்றார்.

"இவர பின்னாடி அழச்சிட்டுப்போயி செக் பண்ணிப் பாருங்க" என்றதும் தன்னை அடிக்கத்தான் போகிறார்கள் என்று பயந்த மாரிமுத்து "சார் உண்மையிலே நான் திருடல சார்..." என கைகூப்பிக் கும்பிட்டு கெஞ்ச ஆரம்பித்தான்.

“சும்மா செக் பண்ணத்தான்யா... போய்யா...”

“சத்தியமா எடுக்கல சார்!”

“அட அடிக்கவெல்லாம் மாட்டாங்கய்யா. பயப்படாம போ...”

“சார்... சார்...”

“என்ன போமாட்டேங்குற..? அப்ப நீதான் எடுத்தியா?”

“இல்ல சார்... இல்ல சார்..!”

காவல் ஆய்வாளரின் கெண்டைக்காலில் கொசு கடித்திருக்க வேண்டும். சற்றுக் குனிந்து அடித்தவர் லேசாக சொரிந்துக்கொண்டு அந்த எரிச்சலோடு “யோவ் போயான்னா என்ன...” என்று எழுந்தார்.

அவரின் கணீர் குரலும், எழுந்தபோது நாற்காலி பின்னால் இழுபடும் சத்தத்தையும் கேட்டு, தோளில் படுத்திருந்த குழந்தை சட்டென்று தலையைத் தூக்கியது. அவள் குழந்தையைச் சாய்த்து முதுகில் தட்டிக் கொடுத்தாள்.

தயங்கி நின்றவரின் கையைப் பிடித்து இழுத்தவாறு “சும்மா வாயா” என மணி அழைத்துச் சென்றார்.

வெளியிலிருந்து வந்த காவலர் “எல்லாரையும் செக் பண்ணி டீடைல்ஸெல்லாம் வாங்கியாச்சி சார். அப்புறம் அந்த ஏலம் விடப் போற பைக்க தூக்கிட்டுப்போக டி.எஸ்.பி. ஆபீஸ்ல இருந்து வண்டி வந்துருக்கு சார்” என்றார்.

“ஆயுதப்படை கிரவுண்டுலதான ஏலம்?”

“ஆமங்க சார்.”

“சரி... சரி... என்னன்னு பார்த்து ஏத்திவிடுங்க. அந்தாளு சொன்ன வீட்டு ஏரியா மெடிகல் காலேஜ் போலிஸ் ஸ்டேசனுக்கு கீழதான வருது?”

“ஆமாங்க சார்.”

“சரி அங்கயும் அப்படியே தமிழ் யுனிவர்சிட்டி போலிஸ் ஸ்டேசன்லேயும் அந்தாளு மேல எதாவது கம்ளைண்டு இருக்கான்னு கேளுங்க. அவன் சொன்ன அட்ரஸ்லதான் அவனோட வீடு இருக்கான்னு செக் பண்ணி சொல்லச் சொல்லுங்க.”

“ம்... சரிங்க சார்” என சல்யூட் அடித்துச் சென்றார்.

“இவங்க ரெண்டுபேரும் மட்டும் இருக்கட்டும். நீங்க மத்தவங்கள கூட்டிக்கிட்டுக் கிளம்புங்க!”

"ரொம்ப தேங்ஸ் சார்" என அங்கிருந்து கிளம்பிய ஓட்டுனரும் நடத்துனரும் தங்களுக்குள் ஏதோ பேசிக்கொண்டு வெளியே சென்றார்கள்.

பின்பக்க அறையில் பெரிய நீண்ட மேசையும், அதன் இரு பக்கங்களிலும் எதிர் எதிரே நாற்காலிகள் கிடந்தன. அதற்குப் பக்கத்தில் இடுப்புயர மேசை மின்விசிறியும், நாலைந்து மர அலமாரிகளும், அதன் மேல் கட்டுக்கட்டாக தாள்களும் கட்டி அடுக்கப்பட்டிருந்தன. ஒரு மூலையில் லத்திகளும் பிரம்பாலான பாதுகாப்பு தடுப்புகளும் (stone guard) குவிக்கப்பட்டிருந்தன.

சட்டையை மட்டும் அவிழ்த்துவிட்டு வேஷ்டியோட தயங்கித் தயங்கி நின்ற மாரிமுத்துவிடம், "அந்தம்மா பொதுவா செயின காணம்னு சொன்னா பரவாயில்ல. ஆனா, நீதான் திருடியிருப்பன்னு சந்தேகப்படுது. வேற வழியில்ல கழட்டு!"

அப்போது மற்றொரு காவலாளி உள்ளே வந்து இன்னமும் துணியை அவிழ்க்காததைப் பார்த்ததும், "என்னண்ணே செல மாதிரி நிக்கிறான். பாத்துக்கிட்டு இருக்கீங்க. சும்மா நேரத்தக் கடத்தாம கழட்டுயா. இங்க என்ன பொம்பளைங்களா இருக்காங்க வெட்கப்பட" என்று அவனுடைய வேஷ்டியை உருவ இடுப்பில் கை வைத்தார்.

உடனே "எப்பா எப்பா இரு. அவுப்பாரு" என சக காவலரை தடுத்துவிட்டு மாரிமுத்துவிடம் "சொன்னா கேளு. அவுத்துக் காட்டிட்டு போயிக்கிட்டே இரு" என்றார் மணி.

"அண்ண இப்படி கெஞ்சினா வேலைக்கு ஆகாது. ரெண்டு போட்டாதான் சரிபட்டு வருவான் போல!"

"அதெல்லாம் வேணாம்பா" என்றவர், "சீக்கிரம்... அப்புறம் நான் ஒன்னும் பண்ண முடியாது" என மாரிமுத்துவை எச்சரித்தார்.

கண்ணீரோடு மெதுவாக வேஷ்டிய அவிழ்த்தான். உள்ளே சிவப்புநிற உள்ளாடை அணிந்திருந்தான். உள்ளாடையின் இடுப்பு பகுதி துணி கிழிந்து வெள்ளை எலாஸ்டிக் பட்டை வெளியே தெரிந்தது.

"இதுக்கு வேற தனியா சொல்லணுமா?" என அதட்டிய இளம்வயது காவலர் எழுந்து சென்று மூலையில் கிடந்த லத்தி ஒன்றை எடுத்து வந்தார்.

எதிரே நின்றிருந்த இரு காவலர்களும் மாரிமுத்துவின் கண்களுக்கு கலங்கிய உருவமாகத் தெரிந்தார்கள். கண்ணீர் நின்றபாடில்லை. உள்ளாடையை அவிழ்த்து கைகளால் பிறப்புருப்பை பொத்திக்கொண்டான். கால்கள் இரண்டும் நெருக்கி ஒட்டிருந்தது. அவமானமும் வெட்கமும் உயிரின் ஒவ்வொரு அணுவையும் பிய்த்து தின்றுகொண்டிருந்தது.

"கைய எடு. ரெண்டு காலையும் அகட்டு" என லத்தியால் கைகளை எடுத்துவிட்டார். வியர்வை, கோடுப்போட்டார்போல் மாரிமுத்துவின் அடித்தொடையிலிருந்து கெண்டைக்காலுக்கு இறங்கிக்கொண்டிருந்தது.

அந்த அம்மாவின் பையில் இருந்த அலைபேசிக்கு அழைப்பு வந்தது. எடுத்துப் பேசினாள்.

......

போலிஸ் ஸ்டேசன்ல

....

பாப்பா போட்டுருந்த செயின் களவுப் போச்சிங்க.

....

அவளின் முகம் வெளிறியது. மேற்கொண்டு எதுவும் பேசாமல் உடனே எழுந்து வெளியே சென்றாள்.

"பாத்தாச்சி ஒன்னுமில்ல சார்" என காவல் ஆய்வாளரிடம் மணி சொன்னார்.

மாரிமுத்து யாருடைய முகத்தையும் பார்க்காமல் தரையையே பார்த்துக்கொண்டு நின்றான்.

"அப்படியா" என்றவர் மாரிமுத்துவிடம் "நாளைக்கு எதும் கூப்பிட்டா வரணும்" என்றார். அவன் சரியென்பதாய் தலையை மட்டும் ஆட்டினான்.

"எங்க அந்த அம்மா" என்றார் காவல் ஆய்வாளர்.

மணி வெளியே சென்று அந்தம்மாவை அழைத்து வந்தார்.

அவள் உள்ளே வந்ததும் வச்சக்கண் வாங்காமல் மாரி முத்துவையே பார்த்தாள்.

"எம்மா... இங்க பாருங்க. உங்களத்தான்..." என அவளின் பார்வையை தன் பக்கம் திருப்பிய காவல் ஆய்வாளர், "அவர

செக் பண்ணி பார்த்தாச்சி. அவருகிட்ட இல்ல. ரைட்டர்கிட்ட ஒரு கம்ளைண்ட் எழுதிக் கொடுத்துட்டுப்போங்க. நகை கிடச்சதும் நாங்க கூப்புட்றோம்" என்றார். அவளும் அமைதியாக தலையை மட்டும் ஆட்டினாள்.

காவலர் மணி, அவளை ரைட்டரிடம் அழைத்துச் சென்றார்.

மாரிமுத்துவை போகச் சொன்னார்கள்.

அவன் வெளியே செல்வதை அந்தப் பெண் பார்த்தாள்.

அப்போது வாக்கி டாக்கியின் இரைச்சல் சத்தத்தோடு அதன் வழியே யாரோ பேசிக்கொள்வதும் கேட்டுக்கொண்டிருந்தது.

பெண்

"கொஞ்சம் பொறுத்துக்கோக்கா... பஸ் ஸ்டாண்டுக்குப் பின்னாடி உள்ள குப்ப மேட்டத் தாண்டிப் போனம்னா அங்க ஆள் நடமாட்டம் இருக்காது!"

"அதுவரைக்கும் தாங்காது டீ. ஏற்கெனவே பஸ்லயே ரொம்ப நேரம் அடக்கியாச்சி. சுகர் வேற. இதுக்குமேல ஒரு நிமிசம்கூட கண்ட்ரோல் பண்ண முடியாது" என தொடைகளை ஒன்றோடொன்று நெருக்கிக் குனிந்த செல்வியின் தோளைப் பிடித்துத் தூக்கி, "ஒரு பத்து நிமிசம் வேகமா நடந்தம்னா போயிரலாம்கா" என்றாள் ராணி.

"ம்கூம் முடியாது. அப்பறம் பொடவையிலயே போயிரும்" என அடி வயிற்றில் கை வைத்து சற்று முதுகை வளைத்துக்கொண்டு வேக வேகமாக பேருந்துநிலையத்தின் பொதுக்கழிப்பறையின் பெண்கள் பகுதிக்குள் நுழைந்தாள் செல்வி.

"அக்கா... அக்கா..." என்று கூப்பிட்டு அங்குமிங்கும் நோட்டமிட்டாள். தனது சேலை முந்தானையின் ஒருமுனையை இடது கை ஆள்காட்டி விரலில் சுற்றியவாறு கழிவறையின் வாசலையே பார்த்துக்கொண்டிருந்தாள். வெளியே நின்றவளுக்கு அந்தப் பொதுக்கழிப்பறையின் நாற்றத்தைத் தாங்க முடியவில்லை. மூக்கைப் பொத்திக்கொண்டாள். அப்போது சட்டென்று யாரோ தன்மேல் விழ வருவதாய் உணர்ந்ததும் திடுக்கிட்டு பின்வாங்கி திரும்பிப் பார்த்தாள். சுதாரித்து விலகிய இளைஞன் ஒருவன் தள்ளிவிட்டு சிரித்துக்கொண்டு ஓடும் நண்பர்கள் இருவரையும் துரத்திக்கொண்டு ஓடினான். அதை ராணியைக் கடந்து செல்பவர்கள் பார்த்துச் சென்றார்கள். ஓடிய இளைஞர்களை அவள் எதுவும் சொல்லவில்லை. அந்த இடத்தைவிட்டு நகர்ந்து கழிப்பறையின் பக்கத்திலிருந்த வேப்பமரத்தின் அடியில் நின்றுகொண்டாள்.

மரத்தை ஒட்டியிருந்த பேருந்துநிலையத்தின் மதில் சுவற்றில் மேலே, இரண்டு பாம்புகள் நெளிய அதற்கு கீழே கையில் குத்தீட்டியுடன் நாயகன் காளையின் மேல் அமர்ந்திருக்க, 'G.வசந்தபாலனின் 'அரவான்' பிப்ரவரி வெளியீடு' என்ற அறிவிப்புடன் பெரிய போஸ்டர் ஒட்டப்பட்டிருந்தது.

கழிப்பறையின் உள்ளே, வாசலுக்கு இடதுபுறம் இருந்த தண்ணீர் குழாயின் திருகும் பகுதி உடைந்திருக்க வேண்டும். அதை, கயிறு போன்று கிழிக்கப்பட்ட துணியால் இறுக்கிக் கட்டியிருந்தார்கள். ஆனாலும் நிற்காமல் தண்ணீர் ஒழுகிக்கொண்டிருந்தது. தரை முழுவதும் ஈரமும் வெளியிலிருந்து வந்தவர்களின் காலடி மண்ணுமாக கிடந்தது. பேருக்கு உள் சுவற்று ஓரங்களில் பிளீச்சிங் பவுடர் தூவப்பட்டிருந்தது.

வரிசையாக இருந்த எட்டு அறைகளும் சாத்தப்பட்டிருந்தன. கடைசி அறை திறந்திருப்பதாய்த் தோன்றியது. வேக வேகமாகச் சென்று கதவை இழுத்தாள். யாரும் திறந்தவிடக் கூடாது என்பதற்காக உள்ளே இருப்பவர் கதவைப் பிடித்தபடி உட்கார்ந்திருப்பது தெரிந்தது.

முகம் கழுவிவிட்டு திரும்பிய பெண், செல்வியைப் பார்த்ததும் பக்கத்தில் சேலையை இடுப்பில் சொருகியபடி இருந்த உடல் பருமனான ஐம்பது வயது மதிக்கத்தக்க பெண்ணிடம், "என்ன இதுங்களும் லேடிஸ் டாய்லெட் யூஸ் பண்ணுதுங்க" என்றாள்.

செல்வி காதில் விழாதவள்போல் நின்றிருந்தாள். அங்கிருந்தவர்கள் அவளை ஒரு மாதிரியாகப் பார்த்தார்கள். பெண்ணொருத்தி தனது நான்கு வயது பெண் குழந்தைக்கு அவசர அவசரமாக கால்சட்டையை மாற்றிவிட்டு முணுமுணுத்தபடி வெளியே சென்றாள்.

"யார சொல்ற ?" என்று சேலையை சரி செய்துவிட்டு நிமிர்ந்தாள்.

"அங்க பாருங்க..."

உடனே திரும்பி தண்ணீர் ஒழுகும் குழாய்க்கு அருகில் நின்றிருந்த செல்வியை மேலும் கீழும் பார்த்தவள், "ச்சி வெளியப்போ. எல்லாரும் பொம்பளைங்கதான இருக்கோம்" என்றாள்.

"நானும் லேடிஸ்தானம்மா..."

"நீ சொல்லுவ... அதுக்காக நாங்க ஒன்னைய வச்சிக்கிட்டு எல்லாத்தையும் செய்யமுடியுமா. இப்ப வெளியப் போறியா இல்லயா!"

என்று சத்தம்போட்டாள். நின்றிருந்த மற்றொரு பெண்ணும், “அவுங்கதான் சொல்றாங்கள்ல வெளிலப் போங்க” என்றாள்.

கெஞ்சலாக “அவசரம்மா அதான்” என்றவளின் முகம் வேர்த்திருந்தது. செல்வி அப்படி சொன்னதும் அங்கிருந்த ஒன்றிரண்டுபேர் சரி பாவம் என்பதாய் நினைத்தார்கள் போல அவர்கள் எதுவும் சொல்லவில்லை.

அந்த வயதான பெண் விடவில்லை. “சின்னப் பொண்ணுங்க வேற இருக்கு வெளியப் போறியா இல்ல சத்தம் போடவா” என்றதும் என்ன செய்வதென்று தெரியாமல் செல்வி வெளியே வந்தாள்.

செல்வியைக் கண்டதும், “என்னக்கா போயிட்டியா” என்றபடி ராணி அவளின் அருகில் வந்தாள்.

“இல்லடி போகக்கூடாதுன்னு சத்தம் போடுதுங்க...”

“யாரு?” என்றபோதே வயதானப் பெண் தன் மருமகளிடம் செல்வியை திட்டிக்கொண்டே வெளியே வந்தாள். அதைப் பார்த்த அவளின் மகன் என்ன என்பதைப்போல் அவனின் மனைவியைப் பார்த்தான். அவள் “இந்தா நிக்கிது பாருங்க. அதுபாட்டுக்கு லேடிஸ் டாய்லெட்டுக்குள்ள வந்துடிச்சிங்க!”

“என்னது உள்ள வந்துச்சிங்களா? இரு...” என செல்வியையும் ராணியையும் பார்த்து, “யேய்... அறிவில்ல உனக்கு?” என கையை நீட்டிக்கொண்டு அருகில் சென்றான்.

அந்தப் பெண்களிடம் “அய்ய, உன்னைய என்ன பண்ணுனோம் நாங்க. அவசரம்னுதான டாய்லெட்டுக்குள்ள வந்தாங்க” என்றாள் ராணி.

“எங்கிட்ட பேசு. அவசரம்னா லேடிஸ் டாய்லெட்டுக்குள்ள போவியா நீயி” என்றான்.

“நாங்களும் லேடிஸ்தான்” என்றவள் மேலும் ஏதோ சொல்ல வாயெடுத்தாள். “விடு. வா போலாம்” என்று அவளின் கையைப்பிடித்து இழுத்தாள் செல்வி.

அவர்களின் சத்தத்தில் வேடிக்கைப் பார்க்க ஆட்கள் கூடினார்கள்.

ராணி, “ஆளையும் மூஞ்சையும் பாரு” என்று திரும்பி நடக்க ஒரு அடி எடுத்து வைத்தாள். அவன் விடவில்லை.

கழுத்து நரம்புகள் புடைக்க “நீ லேடிஸா..? நீ லேடிஸா..?” என கத்தினான்.

போனவள் திரும்பி, "ஒனக்கு மரியாத கெட்டுப்போயிரும். ஒனுங்கா போயிரு!" என்றாள்.

சுற்றி நின்றவர்களில் ஒருவர், ராணியிடம், "சரி சரி விடும்மா..." என சமாதானப்படுத்தினார்.

"அவன்கிட்ட சொல்லுங்க. தேவையில்லாம அவன்தான் பிரச்சன பண்றான்."

மீண்டும், "நீ லேடிஸா? அத ஃபஸ்ட்டு சொல்லு" என்றான்.

"ஆமாடா பாக்குறியா?" என சேலையை கெண்டைக்கால் வரை தூக்கினாள்.

அங்கு நின்றிருந்த ஒருவன் தன் நண்பனிடம், "ஒன்னு அவன் அடிவாங்குவான். இல்ல கண்டிப்பா ஒரு சீனு இருக்கு" என்று சிரித்தான். பதிலுக்கு அவனும் சிரித்துவிட்டு "வாயா போலாம்" என்றதற்கு, "அட இரு. என்னதான் நடக்குதுன்னு பாத்துட்டுப் போலாம்" என்றான் அவன்.

"ச்சீ... பொம்மைங்களா" என்று துப்பினான். "விட்டொழி நாய்கள" என்றாள், அவனுடைய அம்மா.

"யாரு நாயி. நீதான் நாயி. ஒன்னைய கைப்புடிச்சி இழுத்தமா. இல்ல வேற எதும் பண்ணம்மா. மனசாட்சி இல்ல உனக்கு. நீயும் பொம்பளதான" என்றாள் ராணி.

"ஆமா, எங்களுக்குதான் மனசாட்சி இல்ல. போவியா..." என்றாள்.

"நீ போ. ஒப்பன் கட்டுன பஸ் ஸ்டாண்டா?"

"ஆமா, அவங்க அப்பாருதான் கட்டுனாரு. ரோட்டுல நின்னு கை காட்டுற நாயி... வாயப் பாரு!" என்றான்.

"நீ பாத்தியா? நான் கை காட்டுறத. நீதான் பொம்பள பொறுக்கி நாயி. எவ கை காட்டுவான்னு திரிவ போல. அதான் சொல்ற. சும்மா போயிரு. வேற எதாவது சொல்லிடப்போறேன்!"

"அத நான் சொல்றேன். நீதான் பொம்பளையே இல்லையே" என நக்கலாகச் சிரித்தான்.

நேரம் ஆக ஆக செல்விக்கு சேலையிலேயே மூத்திரம் போய்விடுமோ என்ற பயத்தில் தொடை நடுங்குவதைப்போல் உணர்ந்தாள். அதனால் ராணியின் கையைப் பிடித்து இழுத்தாள்.

பிடித்த கையை உதறிவிட்டு ராணி கோவத்தோடு, "இந்தா பாத்துக்கடா!" என அவளின் ஜாக்கெட்டைச் சற்று விலக்கிக் காட்டினாள்.

கூட்டத்தில் நின்றவன் திரும்பி மெதுவாக "சொன்னன்ல..." என தன் நண்பனிடம் கிசுகிசுத்தான்.

நின்றவர்களை விலக்கிக்கொண்டு இரு காவலர்கள் வந்தார்கள். ஒருவர் கையில் லத்தி வைத்திருந்தார்.

அவர்களிடம் "என்னப் பிரச்சனை" எனக் கேட்டார்கள்.

முந்திக்கொண்டு "லேடிஸ் டாய்லெட்டுக்குள்ள பூந்துடிச்சி சார். கேட்டா சண்டைக்கு வருது" என்றான். கூடவே அவனுடைய அம்மாவும் மனைவியும் "ஆமா சார்" என்று சொல்லிக்கொண்டிருக்கும்போதே, கூட்டத்தில ஒருவன் "இதுங்க சும்மா நிக்கிற ஆளுங்களையே தடவுங்க. உள்ளப் போனா என்ன பண்ணுங்களோ" என்றான்.

"எந்தப் பொறம்போக்குடா" என்றாள் ராணி. உடனே காவலர்கள் இருவரும் சுற்றி நின்று வேடிக்கைப் பார்த்தவர்களை கலைந்துபோகச் சொன்னார்கள். பாதிப்பேர் கலைந்தார்கள். ஒருசிலர் சற்றுத் தள்ளிச் சென்றார்களே தவிர அங்கிருந்து செல்லவில்லை.

லத்தியோடு நின்ற காவலர் அவனிடம், "உங்க வீட்டு ஆளுங்கக்கிட்ட எதும் தப்பா நடந்துக்கிட்டாங்களா" என்றார். அவன் பதில் சொல்வதற்குள், "அவசரமா யூரின் வருதுன்னு போனோம். அதுக்கு அவனும் அந்தம்மாவும் கத்துறான் சார்" என்றாள் ராணி.

"நீ உள்ள போன நாலதான சத்தம் போடுறாங்க. நீ ஏன் அங்கப் போன" என்றார் லத்தி வைத்திருந்த காவலர்.

அது வரை பொறுமையாக இருந்த செல்வி, " என்ன சார் நீங்களே இப்படி கேட்குறீங்க. நாங்களும் லேடிஸ்தான. அப்ப நாங்க வேற எங்க போறது" எனக் கோவப்பட்டாள்.

"அந்தப் பக்கம் எதாவது ஒதுங்கு மறவா போக வேண்டியதுதான?" என்றார். உடனே சகக்காவலர் "எப்பா நீ கொஞ்சம் சும்மா இருப்பா. நான் பேசிக்கிறேன்" என அவரை அமைதிப்படுத்தினார்.

"என்ன சார் சொல்றீங்க நீங்க?" என்றாள் ராணி.

"நாங்களும் மனுசங்கதான். மரியாதையா பேசுங்க" என்ற செல்வியின் கண்கள் சிவந்திருந்தன. உடனே அந்த அம்மாவின் மகன் குறுக்கிட்டு, "உனக்கு மரியாத வேற கேட்குதா?"

“டே பொட்ட நாயே. நான் உங்கிட்ட பேசல” என்றாள் செல்வி.

“யாரு பொட்ட. நீதான் பொட்ட” என்றான்.

“சார் கொஞ்சம் சும்மா இருங்க. அதான் பேசிக்கிட்டு இருக்கோம்ல. எம்மா விடும்மா தெரியாம பேசிட்டாரு. நீ லேடிஸ் டாய்லெட்டுக்குள்ள போன சரிதான்மா. இப்ப யாரும் எதும் சொல்லலன்னா பரவாயில்ல. ஆனா மத்த மத்த லேடிஸெல்லாம் கம்ளைண்ட் பண்றாங்கள்ல” என சொல்லிக்கொண்டிருந்த காவலரின் பேச்சி செல்வியின் காதில் கேட்கவில்லை.

ஆத்திரத்தோடு அவனை நோக்கி ஓரடி முன்னகர்ந்தவள், “யாரப் பாத்துடா பொட்டங்குற. இந்த பாத்துக்கடா” என்று புடவையைத் தூக்கி வலது கையால் தனது பிறப்புறுப்பின் மேல் தட்டிக் காட்டினாள். எல்லோரும் ஒருநிமிடம் திகைத்துவிட்டார்கள்.

அவள் எதையும் பொருட்படுத்தவில்லை. அதுவரை அடக்கி வைத்த மூத்திரத்தை அனைவருக்கும் முன் பெய்தாள். உடனே நாலைந்துபேர் முகத்தைத் திருப்பிக்கொண்டு அங்கிருந்து நகர்ந்தார்கள்.

லத்தி வைத்திருந்த காவலர் அவளை அடிப்பதுபோல் கையோங்கி “ச்சீ.. பப்ளிக்ல என்ன பண்ற. ஸ்டேஷன்னுக்கு கொண்டுப் போயி லாடங்கட்டிருவேன்” என்றார்.

மற்றொரு காவலர் “எம்மா ஒனக்கு வெட்கமா இல்லையாம்மா. பேசாம போம்மா” என விரட்டினார்.

“நான் எதுக்கு வெட்கப்படனும். நீங்க எல்லாரும்தான் வெட்கப்படனும்” என்றாள் செல்வி. அவளின் தொடைகளில் மூத்திரம் வடிந்தது.

“இப்ப போறியா இல்லயாம்மா. வீணா போலிஸ் ஸ்டேசனுக்கு அழையாத. போயிரு” என்றார்.

லத்தி வைத்திருந்தவர் “நீங்க ஏன் போகச் சொல்றீங்க. பப்ளிக் நியூசென்ஸ்னு உள்ளத் தூக்கிப்போட்டு நாலு மிதிமிதிச்சம்னாதான் புத்தி வரும்”.

“அமைதியா இருப்பா” என்றவர் ராணியிடம் “கூட்டிட்டு கிளம்பு” என எச்சரித்தார்.

ராணி அந்த அம்மாவின் மகனையும், லத்தி வைத்திருந்த காவலரையும் பார்த்து முறைத்துவிட்டு “வாக்கா போலாம்” என செல்வியை அழைத்துக்கொண்டுச் சென்றாள்.

அவர்கள் போவதைப் பார்த்துக்கொண்டிருந்த லத்தி வைத்திருந்த காவலர் “பாத்திங்களா மொறச்சிட்டுப் போறா!”

“அட விடுப்பா. போவட்டும். வா டீ குடிக்கப்போவோம்” என தோளில் தட்டிவிட்டு இரண்டடி நடந்தவர், “நீ என்னப்பா டக்குன்னு அப்படிப் பேசிட்ட!?”

“அப்புறம் என்ன சொல்லச் சொல்றீங்க. எங்கப் போனாலும் இதுங்கத் தொல்லத் தாங்க முடியல. அன்னைக்கு என்னையே மறிச்சி பணம் கேட்டு வம்பு பண்ணுதுங்க.”

“பாவம் அவங்களும் என்னதான் பண்ணுவாங்க. இப்பதான் அவங்களுக்கும் எல்லாத் துறையிலும் வேல கிடைக்க ஆரம்பிச்சிருக்கு. இனிமேதான் கொஞ்சம் கொஞ்சமா இதெல்லாம் சரியாகும்.”

“நீங்க வேற அதுங்களுக்கு பாவம் பாத்துக்கிட்டு. இப்ப என்ன பண்ணுச்சு பாத்திங்கள்ல. அத்தன பேரு முன்னாடியும் பொடவைய வழிச்சிக்கிட்டு நிக்கிது.”

“ம்... நீ சொல்றதெல்லாம் சரிதான்ப்பா. ஆனா அவங்க அப்படி பண்றதுக்கு என்ன காரணம் இருக்கும்னு நெனைக்கிற சொல்லு?”

“வேற என்ன திமிருதான்!”

“நானும் ஆரம்பத்துல அப்படித்தான் நெனச்சேன். இதுபோல ரெண்டு மூனு சம்பவம் நடந்துருக்கு. கடைசியா ஒரு தடவ நம்ம கூட்டுரோடு இருக்குல அங்க பத்துபேருகிட்ட இருக்குங்க. எதோ திருவிழான்னு போக பஸ் ஏற நின்னுருக்குங்க. அந்தப் பக்கம் பைக்ல வந்த நாலு பேரு அவங்ககிட்ட வம்பு பண்ணி ஒரு பொண்ணோட சேல முந்தானையப் புடிச்சி இழுத்துட்டான். கைகலப்பாச்சி. அவனுங்க அதோட சும்மா விடாம போன் பண்ணி தெரிஞ்ச பசங்கள வரச்சொல்லிட்டானுங்க. அப்பறம் அது பெரிய சண்டையாகி தகவல் வந்ததும், நான், முனுசாமி, வேலு இன்னும் மூனு லேடிஸயும் அழைச்சிட்டுப் போயிருந்தோம்.

அவனுங்கதான் மொதோ சண்டைக்கு வந்தானுங்க. அவனுங்கள அரஷ் பண்ணு எங்களையும் எதுக்கு வண்டில ஏற சொல்றன்னு ஒரே வாக்குவாதம். நீங்க எல்லாரும் வந்துதான் ஆகணும். ஏன்னா ரெண்டு தரப்புலையும் காயம்பட்டுருக்குனு சொல்லிட்டோம். நாங்க சொன்னதக் கேட்காம உடனே பத்துப்பேரும் ட்ரெஸ்ஸ அவுத்துப்போட்டு நின்னிறிச்சிங்க. என்னப் பண்றதுன்னே புரியல. அம்மணமா இருந்ததால எங்க யாராலையும் அவங்கள நெருங்கவும் முடியல”.

“அப்புறம் என்ன பண்ணுனீங்க?”

“ஒருவழியா ஸ்டேசனுக்குக் கொண்டுவந்து விசாரிக்கிறதுக்குள்ள போதும்போதும்னு ஆச்சின்னு வச்சிக்க. ஆனா மண்டைக்குள்ள, இவங்க ஏன் இப்படி பண்றாங்க? அசிங்கம் வெட்கம்னு எதுவும் இருக்கா? இப்படி ஓடிக்கிட்டே இருந்துச்சி. வீட்டுக்குப் போனாலும் அதே யோசன. இதப் பத்தி உன் தங்கச்சிக்கிட்ட சொல்லிக்கிட்டு இருந்தேன். ரூம்ல இருந்த அம்மு அத காதுல வாங்கிருப்பா போல. வெளிய வந்து அது ஒரு ‘செல்ஃப் டிபென்ஸ்’ப்பானா. எனக்கு ஆச்சர்யம், ‘அது எப்புடிம்மா செல்ஃப் டிபென்ஸாகும்?’னு கேட்டேன்.

‘ஆமாப்பா... இப்ப ஒரு ஆளு ட்ரெஸ் போட்டுருக்காங்ககுறது வேற. அதுவே சண்ட போடும்போது, அவங்களோட ட்ரெஸ்ஸ ரிமூவ் பண்ணிட்டு நியூடாகிட்டாங்கன்னா. அடிக்கிறவங்கக்கூட டக்குன்னு நிப்பாட்டிட்டு விலகிப்போகணும்னுதான பார்ப்பாங்க. அதுக்கு அப்புறம் யாரா இருந்தாலும் அவங்கள நெருங்கக்கூட யோசிப்பாங்கள்ல. கிட்டத்தட்ட நியூடிட்டிங்கிறத ஒரு செல்ஃப் டிபென்ஸ் வெப்பனா யூஸ் பண்ணிக்கிறாங்கப்பா’ன்னு சொன்னா. எனக்கு ஆச்சர்யமாவும் அதே சமையம் அவ சொல்றது உண்மதானன்னு தோணுச்சி” என அவர் சொல்லச் சொல்ல லத்தியை தரையில் தட்டியபடி கேட்டுக்கொண்டே வந்தார்.

அவர் தொடர்ந்தார். “இப்ப நம்மகிட்ட பேசும்போதுகூட எத்தன தடவ அவங்க ரெண்டுபேரும் ‘நாங்களும் லேடிஸ்தான சார்’னு சொன்னாங்க கேட்டியா?”

ஆமாம் என்பதைப்போல் தலையாட்டினார்.

“அவங்க அவங்கள லேடிஸாதான் நெனைக்குறாங்க. நாமதான் புரிஞ்சிக்காம அவங்களுக்கு அரவானி, திருநங்கைன்னு ஒவ்வொரு பேரா வச்சிக் கூப்புட்டுக்கிட்டு இருக்கோம்” என இருவரும் பேசிக்கொண்டே பேருந்துநிலையத்தில் உள்ள டீ கடையை நோக்கிச் சென்றார்கள்.

தனிமை

சுவரின் நான்கில் ஒரு பகுதியளவில் பெரியதொரு தொலைக் காட்சி மாட்டித் தொங்கவிடப்பட்டிருந்தது. அதில் ஓடிக்கொண்டிருந்த நிகழ்ச்சி ஒன்றில் சிலர் கடுகடுத்த முகத்தோடு காரசாரமாகப் பேசிக் கொண்டிருந்தனர். ஜன்னலின் வழியே நுழைந்த சூரியக்கதிர் களைப்பில் கூடத்தின் நடுவில் படுத்துக்கிடந்தது.

செய்தித்தாளை ஐந்தாவது பக்கத்திலிருந்து ஆறாவது பக்கத்துக்கு திருப்பும் முயற்சியில் மின்விசிறி தனது இறக்கைகளை நீட்டியபடி காற்றில் சுழன்றது. டீ மேசையில், தூரத்துப் பார்வையைச் சரி செய்யும் தங்கச்சட்டத்தாலான மூக்குக் கண்ணாடியும், அதனருகில் பாதி குடித்தது போக மீதி காபி, கோப்பையில் ஆறியிருந்தது.

குளியலறையில் சீரான இடைவெளியில் டொக் டொக்கென்று தண்ணீர் சொட்டும் சத்தத்தோடு சேர்ந்து அடுக்குமாடிக் குடியிருப்பின் ஏதோவொரு வீட்டில் அழுத்தப்படும் வாசற்மணி சத்தமும் கேட்டது.

எதையோ யோசித்தவாறு சோபாவில் சாய்ந்திருந்த கந்தசாமி, டீ மேசையில் வந்தமர்ந்த ஈயைப் பார்த்ததும், இமைகள் விரிய எழுந்து உட்கார்ந்தார்.

கை, கால், முகம், இறக்கை, பின்பகுதி என ஈ தனது ஒவ்வொரு பாகமாகத் துடைத்துவிட்டு. சிந்திக்கிடந்த காபியை உறிஞ்சத் தொடங்கியது. கந்தசாமி அசையாமல் அதையே உற்றுப் பார்த்தார். லேசாக தலையை நிமிர்த்திய ஈ, மீண்டும் தனது உடம்பின் ஒவ்வொரு பகுதியையும் துடைத்துக்கொண்டது.

கந்தசாமி மௌனம் கலைத்தவராய், “நீ எங்க இருந்து வர்ற? உனக்கு யாரு இவ்வளவு சுத்தமா இருக்கணும்னு சொல்லிக்கொடுத்தது? உண்மையிலயே நீ இந்த அளவு சுத்தமா இருக்கணும்னுதான்

நெனக்கிறியா?" என்று அடுத்தடுத்து கேள்விகளை அதனிடம் கேட்டார்.

அவர் கேட்டது எல்லாம் காதில் விழுந்ததைப்போல், சட்டென்று பறந்து வந்து கோப்பையின் வாயில் அமர்ந்தது.

"இல்ல... இல்ல... உன்ன நான் வெரட்டமாட்டேன். நீ பயப்படாம பொறுமையா குடி" என்றார்.

ஈ, கோப்பைக்குள் நுழைந்தது.

"காபி நான் போட்டதுதான். இனிப்பெல்லாம் எப்படி சரியா இருக்கா?" என்றார்.

ஈ அப்படியே நகர்ந்து மேசைக்கு வந்தது.

"சரி உனக்கு காபி குடிக்கிற பழக்கத்த யார் ஆரம்பிச்சுவிட்டது? எனக்கு என் பொண்டாட்டிதான். கல்யாணத்துக்கு முன்னாடி வரைக்கும் டீதான் குடிச்சிக்கிட்டு இருந்தேன். அதுக்கப்பறம் அவளுக்கு காபி பிடிக்கும்கிறதனால. போகப்போக அதே பழக்கத்த எனக்கும் பழக்கிட்டா. சும்மா சொல்லக் கூடாது. நானும் வெளில எங்கயெல்லாமோ காபி குடிச்சிருக்கேன். ஆனா, அவ போடுற காபியோட சுவையே தனிதான்.

ம்... அன்பானவங்க பண்ற சாதாரண விசயம்கூட நமக்கு அதிகமா படுதோன்னு சிலசமயம் நெனச்சிக்குவேன். யோசிச்சிப் பாத்தா அதுவும் உண்மைதான்ல. நீ என்ன நெனைக்கிற?" என்றார்.

ஈ, அவரின் வலதுகையின் மேல் வந்து அமர்ந்தது. மெதுவாக கையை முகத்துக்கு நேராக உயர்த்திப் பார்த்தார். அதன் இறகுகளில் இலையின் பின்புறத்தில் கோடுகள் தெரித்தோடுவதைப்போல் நரம்புகள் ஓடியது. கூலிங் கிளாஸைப்போல் பெரிய கண்களும், தலை முதுகிலெல்லாம் யானையின் தலையில் இருப்பதைப்போல் நட்டிக்கொண்டிருக்கும் முடிகள் என்று அனைத்தையும் ஆராய்ந்தபடியே பேசத் தொடங்கினார்.

"எனக்கு ஒரு பையன், ஒரு பொண்ணு. ரெண்டு பேருமே கல்யாணத்துக்கு அப்பறம் பையன் யூஎஸ்லயும், பொண்ணு கனடாவுலயும் செட்டிலாகிட்டாங்க. மாசம் ரெண்டு மூனு தடவ ஸ்கைப்ல கூப்பிடுவாங்க. வருசத்துக்கு ஒருதடவ வந்து போவாங்க. ஆமாம் நீ உன் மனைவி பசங்க எல்லாம் ஒரே இடத்துலதான் இருக்கீங்களா?" என்றார்.

ஈ, அங்கிருந்து சுவரில் மாட்டியிருந்த புகைப்படத்தின் மேல் உட்கார்ந்தது.

“ஓ, அது யாருன்னு கேக்குறியா. அதுதான் என் மனைவி செண்பகம். என் பையன் எங்களுக்காகத்தான் இந்த பிளாட்ட வாங்குனான். நானும் அவளும் மட்டும்தான் இருந்தோம். போன ஜனவரில அவ இறந்துப் போயிட்டா. இன்னையோட ஆறு மாசம் எட்டு நாளாவுது. ராத்திரி பேசிட்டு நல்லாதான் படுத்தா. காலைல எழுந்திரிக்கவே இல்ல.

பையனும், பொண்ணும் என் பேரப்புள்ளைங்களை அழைச்சிட்டு வந்து. ஒரு வாரம் தங்கிட்டு. அதுக்கு மேல லீவு கிடைக்கலன்னு சொல்லி போயிட்டாங்க. என்னையும் எங்கக்கூட வந்துருங்கப்பான்னு கூப்டாங்க. நமக்கு அங்கயெல்லாம் ஒத்துவராது பாரு. அதனால வரலன்னு சொல்லிட்டேன்.

பையனுக்கு ரெண்டு பொண்ணுங்க. பெரியவ காலேஜ் போரா. சின்னவ பிளஸ் ஒன் படிக்குறா. பொண்ணுக்கு ஒரு பையன் எட்டாவது படிக்குறான். பேரப்புள்ளைங்களுக்கு என் மேல ரொம்ப பிரியம். இங்க வந்தாபோதும் எப்ப பாத்தாலும் தாத்தா தாத்தான்னு எங்கூடவேதான் இருப்பாங்க” என்று பெரும் மூச்சிவிட்டவரின் கண்கள் லேசாக கலங்கி இருந்தது.

ஈ, ஜன்னல் கம்பிக்குச் சென்றது.

“ஏன் உடனே போக பாக்குற. வீட்டுல யாரும் தேடுவாங்களா என்ன? இன்னும் அரை மணி நேரத்துல ‘பி’ பிளாக்குலேர்ந்து டேவிட்டு, ராஜலெட்சுமி, ‘ஏ’ பிளாக்குல இருக்குற பாலமுருகனும் அவங்களோட நாயை அழைச்சிகிட்டு. கார் பார்க்கிங் பக்கத்துல உள்ள பூங்காவுக்கு வாக்கிங் போவாங்க. நாங்க தெனமும் அங்கதான் சந்திச்சுப் பேசுவோம். அவங்க வர்ற வரைக்கும் இரு. நாம கொஞ்ச நேரம் பேசிக்கிட்டு இருப்போம்.

உனக்கு தெரியுமா நானும் அடுத்த மாசம் ஒரு நாய் வாங்கலாம்னு இருக்கேன். நீ தெனமும் என்னைப் பாக்க வர்றேன்னு சொன்னியனா... நான் வாங்கல என்ன சொல்ற... வறியா?” என்றார்.

ஈ பறந்து வெளியே சென்ற மறுநிமிசம், கந்தசாமி ஓடிச்சென்று ஜன்னலின் அருகில் தனியே நின்றபடி எட்டிப் பார்த்தார்.

டிஜிட்டல் இந்தியாவின் எந்திரனே! வருக வருக!

மங்கலான வெளிச்சத்தில் அவர்களின் நிழல்கள் சுவரில் வளைந்தாடி ஓய்ந்தன. அவளின் மேல் கால்போட்டபடி கிடந்தான். அவனுடைய வேஷ்டி பட்டுப்புடவையில் நெய்யப்பட்டிருந்த ஊதா நிற மயிலின் உடல் முழுவதையும் மறைத்து, அதன் தலை மட்டும் வெளியே தெரியும்படி பரவிக் கிடந்தது. இந்தக் காட்சி, மயில் அவர்களின் நெருக்கத்தை ஒளிந்திருந்து எட்டிப் பார்ப்பதைப்போல் ஒரு மாயையை ஏற்படுத்தியது.

அந்த அறையில் அவர்கள் இருவர் மட்டும் இருந்தும், வார்த்தைகளை ஒரு செல்லப் பூனைக்குட்டியை வருடிவிடுவதைப்போல் மெல்லிய குரலில் பகிர்ந்தபடி கிடந்தார்கள். “பையனா இருந்தா ரெண்டு... பொண்ணா இருந்தா ஒன்னு. சரியா?” என்றாள்.

“ஏன்? அதுக்கு மேல பெத்துக்கிட்டா சாமி குத்தமாயிடுமா?” என சிரித்தவனை நிமிர்ந்து பார்த்தாள். அந்தப் பார்வை சொல்ல வருவதை முன் உணர்ந்தவனாய், அவளை அணைத்துக்கொண்டு அப்படியே அமைதியாகக் கிடந்தான். ஒருசில நிமிடங்கள் கடந்தன.

“அங்க பொம்பளப் புள்ளைங்க இருக்குறது எவ்வளவு கஷ்டம்னு தெரியும்ல” என்றாள்.

அணைப்பிலிருந்து விலக்கி, அவளின் முகத்தை நேருக்குநேர் பார்த்து, “ம்...” என்று தலையாட்டினான். அவனுடைய கண்கள் லேசாக கலங்கி இருந்தன. அவளுக்கும்தான்.

....

ஒன்றிரண்டு தூறல் விழுந்தபடி காற்று சற்று நிதானம் இழந்து சுற்றிக்கொண்டிருந்தது. அப்படி இருந்தும், கொல்லைக் கதவைத்

திறந்து வைத்து படுத்துக் கிடந்தாள் செல்லாயி. பக்கத்தில் படுத்திருந்த கருப்பின் மேல் கிடந்த பழைய நூல் புடவை சுருண்டு, இடுப்புக்குக் கீழ் இறங்கி, வயிற்றுப் பகுதி குளிரில் லேசாக நடுங்கிக்கொண்டிருந்தது. ஆனால், செல்லாயின் உடலில் எந்த நடுக்கமும் இல்லை.

“அய்யா, நான் கல்யாணம் முடிச்சி இந்த வூட்டுக்கு வந்து அறுபத்தி மூனு வருசங்கிட்ட ஆகுதுய்யா. அந்த அடுப்படியிலயும், இந்த மாட்டுத் தொழுவத்துலயும்தான்யா என் ஆயிசுக்கும் பொழங்கிக்கிட்டு கெடக்கேன். வேணும்னா தெருவாசல் பக்கம் கெடக்க எடத்த எடுத்துக்குங்கய்யா.”

எவ்வளவோ சொல்லிப் பார்த்தும் அவர்கள் சொல்வதையேதான் சொல்கிறார்கள் என்ற சலிப்புடன் கிராம நிர்வாக அதிகாரி “அப்படியெல்லாம் செய்ய முடியாது பாட்டி. சொன்னா புரிஞ்சிக்க மாட்டேங்கிறீங்க. திரும்பத் திரும்பச் சொன்னதையே சொல்றீங்க. எங்களால ஒன்னுமே பண்ண முடியாது. அரசாங்கத்துக்கு எந்த எடம் தேவப்படுதோ அத மட்டும்தான் உங்ககிட்ட இருந்து வாங்கிக்கும். அதுக்கு என்ன பணமோ அத அரசாங்கம் கண்டிப்பா கொடுத்துடும். அந்த வாக்குறுதிய நான் கொடுக்குறேன்” என பாட்டிக்குச் சொல்வதோடு சேர்த்து, சுற்றி நின்ற மற்ற நிலத்துக்காரர்களையும் பார்த்துச் சொன்னார்.

கிட்டத்தட்ட மூன்றுமணி நேரத்துக்குமேல் ஏற்பட்ட வாக்கு வாதங்களும், தள்ளுமுள்ளு சலசலப்புகளும், முணுமுணுப்போடு இறுதிக்கட்டத்துக்கு வந்திருந்தன. கருப்பு மட்டும் விடாமல் குரைத்துக்கொண்டிருந்தது. தன் நிலத்தில் நெடுஞ்சாலைத்துறை எல்லைக் கல்லை ஊண்டியபோது, அழுது புரண்ட பெண் ஒருத்தி புழுதிமண் படிய குத்துக்கால்போட்டு அந்தக் கல்லின் அருகே அப்படியே உட்கார்ந்திருந்தாள்.

பாட்டி வீட்டின் நடுப்பகுதியிலிருந்து கொல்லை வரையிலான மாட்டுத் தொழுவம் வரை, நெடுஞ்சாலைத்துறையின் அளவுக்கோல் குறிக்கப்பெற்ற கல் ஊன்றப்பட்டிருந்தது.

கிராம நிர்வாக அதிகாரியுடன் மேலும் மூன்று அதிகாரிகளும், பெண் காவலர்கள் உட்பட கிட்டத்தட்ட பத்துப் பதினைந்துக் காவலர்களுக்கும் அங்கிருந்து கிளம்பினார்கள்.

காலையில் நடந்த விசயங்கள் அனைத்தையும் நினைக்க நினைக்க, உடலின் வெதுவெதுப்பைக் கூட்டியது. கலங்கி இருந்த கண்களில் அவ்வப்போது கண்ணீர் வழிந்தது.

மூலையிலிருந்த திரி குறைக்கப்பட்ட சிம்னி விளக்கின் மெல்லியச் சுடர், நெற்றியில் குங்குமம் வைத்து நேராக இழுத்துவிட்டதைப்போல் அசையாமல் அப்படியே நிலைத்து நின்றது.

ராசுவின் நண்பர்கள் நான்குபேரும் பெருமாளுக்காக காத்திருந்தார்கள். அரை மணி நேரம் இருக்கும் ஸ்கூட்டியில் வந்திறங்கினார். அவர்களைப் பார்த்ததும் "என்னப்பா ரொம்ப நேரம் வெயிட் பண்ண வச்சிட்டேனா?" என்றார்.

"இல்லண்ணா இப்பதான் கொஞ்சம் முன்னாடி வந்தோம்" என்றான் சுரேஷ்.

நின்றவர்களில் சுரேஷுக்கும் கனகராஜுக்கும்தான் பெருமாள் பழக்கம். மற்ற இருவரும் ராசு தண்ணீர் கேன் போடும் வண்டியின் ஓட்டுனர் ஐயப்பனும், கூட வேலை செய்யும் நண்பன் வினோத்தும். அவர் அவர்களுக்குப் பழக்கமில்லை. அதனால், சுரேஷ் அறிமுகப்படுத்தி வைத்தான். எல்லாரும் கடைக்குள் சென்றார்கள்.

கண்டிப்பாக பழைய மீனாகத்தான் இருக்க வேண்டும். பொறிக்கும் போதே அதன் வாடை மூக்கைத் துளைத்தது. வினோத் மட்டும் மூக்கைத் துடைத்துக்கொண்டான். உள்ளே நுழைந்ததும் எதிர் மூலையில் காலியாக ஒரு மேஜை இருந்தது. அதன் மேல் தண்ணீர் சிந்தி ஒன்றிரண்டு பாட்டில் மூடிகளும், சாப்பிட்ட மீத உணவுப் பண்டங்களும் சிதறிக் கிடந்தன. அதனால்தானோ என்னவோ, அப்போதைக்கு அந்த மேஜையில் யாரும் அமராமல் இருந்திருக்கலாம்.

அவர்கள் அங்கேயே உட்கார்ந்துவிடலாம் என தீர்மானித்தார்கள். அங்கே நின்ற வேலையாளிடம் "இந்த டேபில சுத்தப்படுத்துங்கப்பா" என்றார் பெருமாள்.

நல்ல உயரமான உடற்கட்டோடிருந்த இளைஞன் ஒரு பிளாஸ்டிக் கூடையையும், சிறிய ஸ்பாஞ்சையும் கொண்டு வந்து, எல்லாவற்றையும் எடுத்து, துடைத்து சுத்தம் செய்துவிட்டு "என்ன அண்ணா வேணும்" என்றான்.

எல்லாரும் உட்கார்ந்தார்கள். பெருமாளும் ஐயப்பனும் ரம்மும், மற்றவர்கள் பியரும், ரெண்டு கிளாஸ் தண்ணீர் பாக்கெட், நாலு கொண்டைக் கடலை, முட்டை பொடி மாசும் கொண்டு வரும்படி சொன்னார்கள். அவன் எல்லாவற்றையும் கையிலிருந்த சிறிய தாளில் எழுதிக்கொண்டு சென்றான்.

பெருமாள், "சாரிப்பா, கல்யாணத்துக்கு வரமுடியல..." என்று ஆரம்பித்தார்.

"உங்களுக்கு எதோ முக்கியமான வேல இருக்கு. அதனாலதான் வர முடியல. நைட்டு அண்ணன கூட்டிட்டுப்போயி நல்லா கவனிச்சிடுங்கன்னு ராசு சொன்னான்" என்றான் சுரேஷ்.

அப்படி சொன்னதும், அவர் முகத்தில் சிறிய புன்னகை வந்து மறைந்தது.

பாரில் 'ஏதோ மோகம்... ஏதோ தாகம்' என்ற பாடல் மெல்லிய சத்தத்தில் பாடிக்கொண்டிருந்தது.

ஒரு சில நிமிடங்களில் வந்த இளைஞன் "அண்ணே, ரம்மு ஆப், பீரு மூன்னு, ரெண்டு கிளாஸ், தண்ணிப் பாக்கெட் நாலு, கடல நாலு, முட்டப் பொடிமாசு ஒன்னு என ஒவ்வொன்றாக மேஜையில் வைத்துவிட்டு, எல்லாவற்றையும் கொண்டு வந்துவிட்டோமா என ஒரு கணம் கையில் மடித்து வைத்திருந்த சிறிய தாளை நோட்டமிட்டவன் "வேற எதும் வேணுமாண்ணா?" என்றான்.

"கூப்புடுறேன்ப்பா" என்ற பெருமாள் "வடபழனி முருகன் கோயில்லதான கல்யாணம். நல்லபடியா முடிஞ்சதா..?" என்று கேட்டவாறு, பாட்டிலின் மேல் மூடியில் ஒட்டியிருந்த ஸ்டிக்கரைப் பிய்த்து, மேஜையின் விளிம்பில் ஒட்டினார்.

"ஆமாண்ணா, எல்லாம் நல்லபடியா முடிஞ்சது" என்றான் சுரேஷ்.

பிளாஸ்டிக் டம்ளரில் பாதியளவு ரம்மை ஊற்றி, தண்ணீர் பாக்கெட்டின் மூலையைக் கடித்துத் துப்பியவர், டீ கடைகளில் ஆற்றுவதைப்போல் டம்ளரில் இருந்து கையை மேலே தூக்கி தண்ணீரைப் பீச்சியடித்தார்.

மற்றவர்கள் பியர் பொங்கிவிடாதபடி பக்குவமாக மூடியைத் திறந்தனர். அப்படி இருந்தும், வினோத்தின் பீயர் பொங்கியது. உடனே பெருமாள் முட்டை பொடிமாசில் இருந்து ஒரு சிறிய துண்டை எடுத்து, பொங்கிய பியரினுள் போட்டார்.

அவர் என்ன செய்கிறார் என்று எல்லாரும் கவனித்தார்கள்.

சிரித்துக்கொண்டே, "பொங்குறப்ப எதாவது உள்ள போட்டா அடங்கிரும்ப்பா!" என்றார். உடனே வினோத், "நல்ல கண்டுப்புடிப்புண்ணா" என்றான். எல்லாரும் சிரித்தார்கள்.

“சியர்ஸ்” சொல்லி ஆரம்பித்ததும் பெருமாள் ஒரே மூச்சில் குடித்து, பிளாஸ்டிக் டம்ளரை கீழே வைத்தார். வாயின் ஓரத்தை துடைத்து செருமிக்கொண்டு “என்ன கனகு. பேச்சே காணம். எதும் வீட்டுல சண்டையா?”

“அதலாம் இல்லண்ணா. ராசு விசயமாதான்” என சொல்ல ஆரம்பிக்கும்போது, சுரேஷ் கனகராஜின் தொடையில் கைவைத்து அழுத்தி, இப்போ வேணாம். கொஞ்சம் போகட்டும் என்பதாய் சைகை செய்தான்.

ராசுக்கு என்ன என்பதைப்போல் பெருமாள் கனகராஜைப் பார்த்தார்.

உடனே கனகராஜ், “ஒன்னுமில்லண்ணா... ஃபஸ்ட் நைட் ஏற்பாடு பண்றதுக்குள்ள, போதும் போதும்னு ஆச்சி. அதான்...” என்று பேச்சை மாற்றினான்.

“ஏன்? என்னாச்சி?”

“நேரத்துக்கு ஏற்பாடு பண்றதுக்குத்தான் கொஞ்சம் லேட் ஆச்சி. வேற ஒன்னுமில்ல.”

“ம்...” என தலையாட்டியவர், பொடிமாசை வாயில் போட்டபடி, “ஆமா, எங்க ரெடி பண்ணுனீங்க?”

“நம்ம பழனியப்பா லாஜி தெரியும்லண்ணா” என்றான் சுரேஷ்.

“ஆமா. கமலா தேட்டர்க்குப் பின்னாடி இருக்கு. அங்க எங்க?”

“அந்த லாஜ்லதான்.”

வாயில் கவிழ்க்க இருந்த டம்ளரை கீழே இறக்கி, ஆச்சர்யத்தோடு “என்னப்பா சொல்ற. உண்மையாவா?”

வாயில் வைத்த பீர் பாட்டிலோடு சுரேஷ் ஆமாம் என்பதாய் தலையசைத்தான்.

அப்படி சொன்னதை அவரால் ஏற்றுக்கொள்ள முடியவில்லை. அடுத்தடுத்து இரண்டு ரவுண்ட் ஊற்றிக் குடித்தார். கிண்ணத்திலிருந்த கொண்டைக் கடலையை அள்ளி வாயில் போட்டு மென்றவர், “முன்னாடியே சொல்லியிருந்தியனா, ஒருமாசம் வாடகைக்கு வீடு புடிச்சிருப்பேன்ல. அதவிட்டுட்டு என்ன தம்பிங்களா... லாட்ஜ் எடுத்துக்கொடுத்திருக்கீங்க..?” என ஆதங்கப்பட்டார்.

சத்தமாக ஏப்பம் விட்ட சுரேஷ், “இது ஒன்னும் எங்களுக்குப் புதுசு இல்ல. கனகு அண்ணனுக்கும் அங்கதான் ஃபஸ்ட் நைட்டு நடந்துச்சி.”

அவர் கனகராஜைப் பார்த்தார். அவன் "ஆமாண்ணா" என்றான்.

"ச்சே... என்னப்பா!" என்று நொந்துகொண்டார்.

இதான் சரியான நேரம் என நினைத்து "அதான்ணா ராசு வீட்டு விசயத்த கொஞ்சம் சீக்கிரம் பாத்துக்கொடுங்கண்ணா. ரொம்ப நாளாச்சி" என்றான் கனகராஜ்.

அவனின் முகத்தைப் பார்த்தவர், "நான் ஊர் தலைவர்கிட்ட பேசிட்டேன். அவரு சொல்றேன்னு சொல்லிருக்காருப்பா."

"ஐயப்பன் குறுக்கிட்டு எந்த எடத்துல?" என்றார்.

"சைதாப்பேட்ட அப்துல் ரசாக் ஸ்ட்ரீட்ல."

ஐயப்பன் யோசித்தார். "அட சைதாப்பேட்ட மறைமலை அடிகளார் பிரிட்ஜ் இருக்குலப்பா. அதுக்குக் கீழ ஆத்த ஒட்டி" என்றதும் அவர் புரிந்துகொண்டார்.

"நீங்க மனசு வச்சா சீக்கிரம் முடிஞ்சிரும்ணா" என்று கனகராஜ் விடாமல் கேட்டான்.

பெருமாள் என்ன நினைத்தாரோ தெரியவில்லை. "வெயிட் பண்ணு. ஒன் கண்ணு முன்னாடியே கேட்குறேன்" என்றார்.

"அதுக்கு இல்லண்ணா" என்ற கனகராஜிடம் கையை நீட்டி அமைதியாக இருக்கும்படி சைகை காட்டிவிட்டு, அலைபேசியை எடுத்து, அந்த ஊர் தலைவருக்கு அழைத்தார்.

கனகராஜ் சுரேஷின் முகத்தைப் பார்த்தான். அவன் விடு பேசட்டும் என்பதுபோல கண் சாடை காட்டினான்.

"சொல்லுப்பா" என்று எதிர் முனையில் கேட்டதும், அலைபேசியை ஒலிபெருக்கியில் போட்டார்.

"அண்ணா... ஃபிரியாண்ணா?"

"ம்... ஃபிரிதான்... சொல்லுப்பா."

"பையன் ஒருத்தனுக்கு, நம்ம ஏரியாவுல சின்னதா ஒரு குடுசப்போட கேட்டுருந்தேன்லண்ணா..?"

யாருக்கு என்பதுபோல யோசித்தார்போல அமைதியாக இருந்ததும்.

"அதான்ணா, நம்ம கூட்டத்துக்கெல்லாம் வந்து வேல பாத்துக்கிட்டு இருப்பான்ல... அவம்பேருகூட ராசு. கொஞ்சம் ஒல்லியா... அன்னைக்கு வீட்டுக்கு வந்து கல்யாணத்துக்குப் பத்திரிக்க வச்சான்ல?"

ஞாபகம் வந்ததும், "ஆமா... ஆமா... அதான், நான் மத்த ஆளுங்ககிட்டயும் பேசிட்டுச் சொல்றேன்னு சொன்னன்லப்பா."

"ஆமாண்ணா சொன்னீங்க. இப்ப கல்யாணம் வேற ஆச்சி. நம்ம பையன்தான். கொஞ்சம் சீக்கிரம் எதாவது பண்ண முடியுமான்னு பாருங்கண்ணா."

"அட, நம்ம பசங்களுக்குப் பண்ணாம வேற யாருக்குப் பண்ணப்போறன். கண்டிப்பா சொல்றன்ப்பா!" என்றார்.

நாம சொன்னா அண்ணா எதா இருந்தாலும் செஞ்சி தருவாருன்னு பசங்க முன்னாடி நிரூபித்த சந்தோஷத்தில் பெருமாள், "தேங்ஸ்ண்ணா. அப்ப வச்சிடுறேன்ணா" என்று அலைபேசியை அணைத்து கனகராஜையும் சுரேஷையும் பார்த்து, "கேட்டியா. பேசாம இல்ல..." என்றார்.

உடனே "நீங்க கேட்கலன்னு சொல்லலண்ணா" என்ற கனகிடம் "அவரும் மத்தவங்ககிட்ட நேரம் பாத்துப் பேசணும்ல. அப்பத்தான் காரியம் ஆகும். கொஞ்சம் வெயிட் பண்ணுவோம். என்ன பண்றது..?" என்றவர்,

பேசிக்கொண்டே திரும்பி கடைக்கார இளைஞனைக் கைகாட்டி அழைத்து, மூன்றுபேருக்கும் மேலும் ஒரு பியர் சொன்னார்.

கனகராஜ், சுரேஷ் இருவரும், "எங்களுக்குப் போதும்" என்றார்கள்.

ஆச்சர்யமாக "ஏன்ப்பா!" என்று அவர்களின் முகத்தைப் பார்த்தார்.

"ஒன்னுமில்லண்ணா. வள்ளுவர்கோட்டத்துல சிஏஏ.க்கு எதிரா போராட்டம் நடந்துக்கிட்டு இருக்குல. அதுல கலந்துக்கப் போறோம்" என்றான் கனகராஜ்.

"ஓ அப்படியா சரி சரி."

"வினோத்துக்கு மட்டும் ஒரு பியர் சொல்லுங்கண்ணா" என்றான் சுரேஷ்.

நின்றுக்கொண்டிருந்த இளைஞனிடம் "சாரி தம்பி. ஒரு பியர் மட்டும் போதும்" என சொல்லி அனுப்பிவிட்டு, அவர்களிடம் "போராட்டம் டே நைட்டா நடக்குதுல்ல..!"

இருவரும் ஒன்றாக "ஆமாண்ணா" என்றார்கள்.

"தெருவுல ஒரு நாய்க்கு வெறிப்புடிச்சா சும்மா நிக்கிறவன், போறவரவன்னு பாக்காம எல்லாரையும் கடிச்சி வைக்குமா.

கடிப்பட்டவன் வலி தாங்கம கத்திக்கிட்டுக் கெடப்பானாம். அந்த கதையாப் போச்சி! இவனுங்க கைல நாடு படுறபாடு இருக்கே, ஒன்னும் சொல்றதுக்கில்ல!" என்றார் பெருமாள்.

அடுத்த பியரும் வந்து வினோத் கடைசி மடக்கைக் குடிக்கும்போது, பெருமாளுக்கு அப்போதுதான் ஞாபகத்துக்கு வந்ததுபோல சற்று நிமிர்ந்து உட்கார்ந்தவாறு "மறந்தே போயிட்டேன். சீனி எங்க தம்பி?" என்றார்.

"அவன் கல்யாணத்த முடிச்சிட்டு, சேலத்துல உள்ள அவனோட பாட்டி ஊரு வரைக்கும் போயிருக்கான்ணா."

"கல்யாண பார்ட்டிய விட்டுட்டுப் போற அளவு முக்கியமான விசயமா?"

"அத ஏன்ணா கேட்குறீங்க! எட்டு வழி சாலப் போடப்போறோம்னு அவங்களோட பூர்வீக எடத்துல வந்து கல்லு நட்டுட்டு போயிருக்கானுங்களாம். அதான் போயி பாக்கப் போயிருக்கான்" என்றான் சுரேஷ்.

"சுத்தம்... வெளங்கிடும்!" என்றவர், பணம் கொடுக்க வேண்டி கடை இளைஞனை அழைத்து, பாக்கெட்டிற்குள் கைவிட்டார்.

"அண்ணா, சும்மா இருங்கண்ணா!" என்று அவரைத் தடுத்து, கனகராஜ் பணத்தைக் கொடுத்தான். எல்லாரும் வெளியே வந்தார்கள். ஐயப்பன் அவரோட இருசக்கர வாகனத்தில் வினோத்தை ஏற்றிக்கொண்டு கிளம்பினார்.

சொல்லச் சொல்ல கேட்காமல், "அதெல்லாம் போயிறலாம் வாங்க. ட்ராப் பண்ணிட்டு போறேனென்று" பெருமாள் சொன்னார். சரியென மூன்றுபேரும் ஸ்கூட்டியில் நெருக்கிக்கொண்டு சென்றார்கள்.

வழியில், சாலையின் நடுவே உள்ள தடுப்புச் சுவற்றுக்கு இடையே இருக்கும் மின்கம்பத்தில் கட்டப்பட்டிருந்த அரசியல் பிரமுகரின் விளம்பரப் பதாகை ஒன்று, காற்றில் வேகமாக ஆடி வந்து அவர்களின் மேல் அடிக்கப்பார்த்தது.

பின்புறம் உட்கார்ந்திருந்த இருவரும், "அண்ணா... அண்ணா... பாத்துண்ணா" என்று சத்தம்போட்டார்கள். உடனே சுதாரித்து வேகமாக வளைத்து ஓட்டிய பெருமாள், "பொட்டத் தாயோளி. எப்படி கட்டியிருக்கான் பாரு. எவன் மேலயாவது விழுந்து சாகப்போறானுங்க" என்று திட்டினார்.

மின்கம்பத்தில் தொங்கிக்கொண்டிருந்த பதாகை காற்றில் இங்குமங்கும் ஆடிக்கொண்டிருந்தது.

....

“தர்மாஸ்பத்திரிக்கு போலாம்னு கிளம்பிக்கிட்டுதான் இருந்தோம். அதுக்குள்ள வலி தாங்காம, ஒன் அம்மா ஒன்னைய அங்தான் பெத்துப்போட்டா!” என அடுப்படியில் அம்மிக்கல் கிடந்த இடத்தைச் சுட்டிக்காட்டினாள்.

சீனிவாசன் பார்த்தான்.

“ஒன் அப்பன, இந்தக் கூடத்துலதான் பெத்தேன்..!” என உட்கார்ந்திருந்த தரையை உள்ளங்கையால் தட்டினாள்.

“நான் வந்ததுக்குப் பெறகுதான். இந்த வூட்டுக்கு ஓடு வேய்ஞ்சோம். அதுக்கு முன்னாடி வரைக்கும் கீத்துதான். என் மாமனாரு சொல்லுவாரு ‘எல்லாம் என் மருமக வந்த ராசிதான்’னு.

கல்யாணம் ஆன புதுசுல, அவுங்க அப்பாரு தெருவாசல் திண்ணைல இருப்பாருன்னு ஒன் தாத்தா திருட்டு பயலாட்டம் சத்தம்போடாம கொல்லப்பக்கமா வந்து, என்னைய வம்பு பண்ணிக்கிட்டு நிப்பாரு” என்று பெருமூச்சிவிட்டாள்.

ஒரு நிமிடம் இடைவெளிவிட்டு, “ஊர்ல உள்ள மத்தமத்த பொம்பளைங்கலபோல காட்டுக்கரைக்குப் போறது, ஒரு கழனிக்குப் போறதுன்னு என் மாமனாரு எங்கள எங்கயும் வுட மாட்டாரு. கேட்டா ‘பொம்பளைங்க வூட்ட பாத்துக்குங்க போதும்’னு கண்டிசனா சொல்லிடுவாரு. என் மாமியாருக்கும் எனக்கும் இந்த அடுப்படியும் கொல்லையும்தான் எல்லாமும். அது கூடவே கெடையா கெடந்ததாலவோ என்னவோ என் மாமியாரு எம்மேல பாசமா இருக்கும்.

என்ன பண்ண கடைசில எல்லாரும் வாழ்ந்து செத்துப்போன வூட்டுல, இப்ப நான் சாக எடம் இல்லாம போயிடிச்சி!” என ஒவ்வொன்றாகச் சொல்லிச் சொல்லிப் புலம்பினாள். கண்கள் கலங்கி இருந்தது. முந்தானையில் துடைத்துக்கொண்டு எழுந்து அறைக்குள் சென்றாள்.

அவளுக்கு என்ன சொல்லி ஆறுதல்படுத்துவது என தெரியாமல், எல்லாவற்றையும் கேட்டுக்கொண்டிருந்தான்.

அறைக்குள் இருந்த பழைய இரும்புப் பெட்டியைத் தூக்க முடியாமல் தூக்கி வந்ததைப் பார்த்ததும், "விடு பாட்டி..." என வாங்கி வந்து கூடத்தில் வைத்தான்.

அவனை நகரச் சொல்லி பெட்டியைத் திறந்தாள். அந்துருண்டை வாடை மூக்கைத் துளைத்தது. பெட்டியினுள் புடவைகளும் வேஷ்டியும் மடித்திருந்தன. அவற்றை எடுத்துக் கீழே வைத்தாள். அப்போது துணிக்குள் ஒழித்து மடித்து வைத்திருந்த பணமதிப்பிழப்பால் செல்லாமல் போன ஐநூறு ரூபாய் நோட்டொன்று கீழே விழுந்தது. அதைக் கவனித்தான். ஆனால், அதை ஏன் மாற்றவில்லை என்று கேட்கவில்லை.

உள்ளே இருந்த வயல் மற்றும் வீட்டுப் பத்திரங்களை எடுத்து பேரனிடம் கொடுத்து, "ஒன் அப்பன்கிட்ட கொடுத்துரு!" என நீட்டினாள்.

"ஏன் பாட்டி இப்ப இதையெல்லாம் கொடுத்துக்கிட்டு? கவலப்படாம இரு. நான் போனதும் ரெண்டு நாள் கழிச்சி அப்பா ஒன்னையப் பாக்க வருவாரு. நீ எதுக்கும் கவலப்படாத" என ஆறுதல் சொன்னான்.

நின்றிருந்தவனை உட்கார்ந்தபடி அன்னாந்துப் பார்த்தாள்.

பழனியப்பா தங்கும் விடுதிக்கு எதிரே இருக்கும் உணவகத்தில், சுரேஷ், கனகராஜ், ராசு, தேவி, அவர்களுடைய அப்பா அம்மா எல்லாரும் சேர்ந்து உணவருந்தினார்கள்.

சுரேஷ், கனகராஜிடம் புதுமணத் தம்பதிகளின் கண்கள் சிவந்திருப்பதை ரகசியமாகச் சொல்லிச் சிரித்தான். தேவிக்கும் கேட்டிருக்க வேண்டும். வெட்கப்பட்டுச் சிரித்தாள். "டேய் சும்மா இருடா!" என ராசு சுரேஷை இடித்தான்.

"சரி சரி வெளையாடம, சீக்கிரம் கிளம்புங்க" என்று எழுந்த ராசுவின் அப்பா வெளியே வந்து, உணவகத்தை ஒட்டியுள்ள டீ கடையின் அருகே நின்று சிகரெட்டைப் பற்ற வைத்தார்.

புகையை ஆழமாக உள்ளே இழுத்தவர், அங்கே தொங்க விடப்பட்டிருந்த அன்றைய செய்தித்தாள்களைப் பார்த்தார். அதில் தலைப்புச் செய்தியாக 'சாலையில் மின்கம்பத்தில் கட்டப்பட்டிருந்த அரசியல்வாதியின் விளம்பர பதாகை விழுந்ததில், இருசக்கர வாகனத்தில் சென்றுக்கொண்டிருந்த இளம்பெண் பலி!' என்ற செய்தி இடம்பெற்றிருந்தது.

எல்லாரும் வெளியே வந்தார்கள். ராசுவின் அப்பா சிகரெட்டை கீழேப் போட்டு மிதித்துவிட்டு உணவகத்தின் கல்லாவிற்குச் சென்று பணம் கொடுத்து வந்தார்.

கனகராஜ் இரண்டு ஆட்டோக்களை நிறுத்தி ஒன்றில் ராசு தேவி அவர்களின் அம்மாக்களும் மற்றொன்றில் மீதமிருந்வர்கள் ஏறிக் கொண்டார்கள்.

வள்ளுவர் கோட்டத்துக்கு சற்று முன்பு சென்றுக்கொண்டிருந்த ஆட்டோகாரரிடம் "அண்ணா அண்ணா... இங்கதான், நிப்பாட்டுங்க" என்றான் ராசு.

"இங்க எங்கப்பா" என்ற கேள்வியோடு சாலையை அணைத்து நிறுத்தும்போது சாலையில் இருந்த பள்ளத்தில் ஆட்டோ ஏறி இறங்கியது. 'கோத்தா, எங்கப் பாத்தாலும் குண்டும் குழியுமா கெடக்கு!' என முணங்கினார்.

பிளாட்பாரத்தில் வரிசையாக பிளாஸ்டிக் தார்பாய் குடிசைகள் நான்கு இருந்தன. அதில் முதல் குடிசை ராசுவினுடையது. மூன்றாவது குடிசை தேவியினுடையது.

ஆட்டோ சத்தம் கேட்டு வெளியே வந்த பெண் "பொண்ணு மாப்புள வந்தாச்சி வாங்கடி" என்றாள். உள்ளே இருந்து கையில் ஆரத்தித் தட்டோடு வந்த பெண்ணொருத்தி, புது தம்பதிகளுக்குச் சுற்றிப்போட்டாள்.

"எப்பா புது மாப்ள. ஆரத்தி எடுத்தா, தட்டுல காசு போடணும்" என்றார் வயதான பாட்டி. சிரித்துக்கொண்டே தனது அப்பாவிடம் வாங்கிக் கொடுத்தான்.

ஆரத்தித் தட்டைக் கொண்டுவந்து, குடிசையின் பக்கவாட்டுச் சுவராய்ச் சாய்த்து வைக்கப்பட்டிருந்த, உச்சி மாநாட்டுக்காக மகாபலிபுரத்துக்கு வருகை தந்த பிரதமர் மோடியின் 'டிஜிட்டல் இந்தியாவின் எந்திரனே வருக வருக!' என்ற வரவேற்பு பதாகையின் அடியில் ஊற்றினாள். பதாகையில் கிழிந்த முகத்தோடு மோடி கைகூப்பிச் சிரித்துக்கொண்டிருந்தார்.

பொறி

அறை முழுதும் கும்மிருட்டு. ஒருவிதப் பதற்றத்தோடு சுற்றும் முற்றும் பார்த்தவாறு மெதுவாக உள்ளே நுழைந்து, எதிரே மாட்டித் தொங்கவிடப்பட்டிருந்த கொப்பரைத் தேங்காய் சில்லை நன்றாக நுகர்ந்து பார்த்து, கடித்திழுத்த மறுநொடி பொறியின் கதவு தடாரென மூடியது. திடுக்கென்று பயந்த எலி திரும்பி வந்த வழி தேடி ஓட, போக வழியில்லாமல் பொறியின் நாலா புறமும் 'கீச் கீச்' என கத்திக்கொண்டே திரிந்தது. பலம் கொண்டு பொறியின் கம்பிகளை கடித்துப் பார்த்து முடியாமல் போக, அதன் சிறு விழிகள் இரண்டும் பிதுங்கி மரண பயத்தில் நின்றுகொண்டிருந்தது.

சிறிதுநேரத்தில் அறைக் கதவு திறக்கும் சத்தம் கேட்டது. எலி தலையைத் திருப்பி சத்தம் வந்த திசை நோக்கி குறுகுறுவெனப் பார்த்தது. கதவைத் திறந்து, விளக்கு சுவிட்சைப் போட்ட மறுகணம், அந்த சிறிய அறையின் ஏதோவொரு மூலையில் ஓடி ஒளிந்தது இருள்.

தோளில் மடிக்கணினிப் பையும், கையில் பாலித்தீன் பையில் உணவுப் பொட்டலமும், கழுத்தில் டையும், இடுப்பில் தொங்கிய ஐடி கார்டுடன், முப்பது வயது மதிக்கத்தக்க ஒருவன் சோர்வாக உள்ளே நுழைந்தான். கதவுக்குப் பக்கத்திலுள்ள தண்ணீர் கேன் வைத்திருக்கும் மேசையில் உணவுப் பொட்டலத்தை வைத்தான். குனிந்து காலணியைக் கழற்றி கதவுக்குப் பின்புறம் போட்டுவிட்டு, எதிரேயிருந்த கட்டிலில் மடிக்கணினிப் பையை வைத்தவன், காலுறையைக்கூட கழற்றாமல் பொத்தென்று கட்டிலில் விழுந்தான்.

சிறிதுநேரத்தில் 'கிளிங் கிளிங்' என சத்தம் கேட்டது. உடனே கால்சட்டையின் பாக்கெட்டில் கைவிட்டு அலைபேசியை எடுத்து அரைக்கண்ணில் 'டுமாரோ மார்னிங், யூ ஷுட் சப்மிட் ஆல் த ரிப்போர்ட் பேப்பர்ஸ். டோன்ட் ஃபர்கெட்' என்ற குறுஞ்செய்தியைப்

படித்தவுடன், டக்கென்று எழுந்து உட்கார்ந்தான். மேசையிலிருந்த பாக்கெட்டிலிருந்து சிகரெட்டை எடுத்து வாயில் வைத்து, லைட்டரில் பற்றவைத்தான். முதல் புகையை ஆழமாக உள்ளிழுத்து, காலுக்குப் பக்கத்திலிருந்த மடிக்கணினியை எடுத்து ஆன் செய்து, ஏதேதோ வேக வேகமாகத் தட்டச்சு செய்தான்.

இடையிடையே அலுப்புடன் நெற்றியில் கை வைத்து தேய்த்தவாறு, “பாஸ்டர்டு. இவனுங்க பண்ற தப்புக்கெல்லாம் எந்த கணக்கும் டேலி ஆகாது. இதுல, நாளைக்கே ரிப்போர்ட் வேணும்னு என் உசுர எடுக்குறானுங்க” என முணங்கினான்.

ஒருசில நிமிடங்களில் மற்றொரு சிகரெட்டை பற்றவைத்து, ஆத்திரமாக கீபோர்டை தட்டினான். கொஞ்சம்விட்டால் உள்ளேயே நுழைந்துவிடுமளவு முகத்தை மடிக்கணினியின் திரைக்கு மிக அருகில் வைத்திருந்தான். கண்கள் சிவக்க வேலை செய்துகொண்டிருந்தவனைப் பார்த்த எலி, இவனும் தன்னைப்போல் இந்த அறையில் மாட்டிக்கொண்டானென்று நினைத்து அவன் மேல் பரிதாபப்பட்டது.

மணி இரண்டை நெருங்கிக்கொண்டிருந்தது. பெருமூச்சுடன் எழுந்து கட்டிலில் தலைவைக்கும் பக்கத்தின் மேலே கட்டியிருந்த கொடிக் கயிற்றிலிருந்த கைலியை எடுத்து மாற்றினான். காலுறையைக் கழற்றிக் கொண்டுபோய் காலணியினுள் திணித்தான்.

மேசையிலிருந்த அக்வாபினா பாட்டிலில் தண்ணீர் கேனின் பைப்பைத் திறந்து, அரை பாட்டிலளவு தண்ணீரைப் பிடித்துக்கொண்டு, கதவுக்குப் பக்கத்தில் முடிச்சுப்போட்ட நாலைந்து பாலித்தீன் பைகளையும், சில கசங்கிய பயணச்சீட்டும் கிடந்த அட்டைப் பெட்டியில் பேருக்கு கை கழுவினான்.

மேசைக்குப் பக்கத்தில் பிளாஸ்டிக் நாற்காலியை இழுத்துப்போட்டு உட்கார்ந்து, அங்கிருந்த உணவுப்பொட்டலத்தை எடுத்துப் பிரித்தான். புளித்த வாடையோடு, நாலு இட்லியும், அதன் மேல் சேற்றை வாரி இரைத்தார்போல் கொஞ்சம் தேங்காய்ச் சட்னியும், மிளகாய்ச் சட்னியும் கலந்து அப்பியிருக்க, கூடவே சாம்பார் பாக்கெட்டைப் பிரித்து அதன் மேல் ஊற்றி பிசைந்து ஒருவாய் எடுத்துவைத்தான். இடதுகையை நீட்டி கட்டில் மேல் கிடந்த அலைபேசியை எடுத்து, ஹெட்போனை காதில் மாட்டிக்கொண்டு பாட்டுக் கேட்டான்.

அதுவரை அமைதியாக இருந்த எலி, சட்னி, சாம்பார் வாடை வந்ததும் மீசைத் துடிக்கக் கத்திக்கொண்டே இங்கும் அங்கும்

அலைந்தது. ஹெட்போனில் கேட்கும் பாட்டு இரைச்சலில் இதை எதையும் கண்டுகொள்ளாமல் சாப்பிட்டு முடித்தவன், உட்கார்ந்துக் கொண்டே எச்சில் தாளை சுருட்டி அட்டைப் பெட்டியை நோக்கி வீசியெறிந்தான்.

அது பெட்டியின் விளிம்பில் பட்டுத்தெறித்து சுவற்றோரம் நிற்கும் அகலமான பழைய மர அலமாரிக்கு கீழே, உள்ளே தள்ளி மூலையில் வைத்திருந்த எலிப் பொறிக்குப் பக்கத்தில் போய் விழுந்தது.

எதிர்பார்த்தது கிடைத்த சந்தோசத்தில் எலி மூக்கை கம்பிக்கு வெளியே நீட்டி முகர்ந்து பொட்டலத்தை கடித்திழுத்து, அதிலிருந்த மிச்ச மீதியைத் தின்றது. அவன் அலைபேசியை சார்ஜில் போட்டு மேசையின் மேல் வைத்துவிட்டு தூங்க ஆரம்பித்தான். பசி அடங்கியதும் எலியும் சிறிதுநேரத்தில் தூங்கியது. விளக்கு எரிய, மின்விசிறி எலியைப்போல் 'கீச் கீச்' சத்தத்துடன் ஓடிக்கொண்டிருந்தது.

அதிகாலை ஐந்தரை மணி. அலைபேசியில் அலாரம் அடித்தது. மெதுவாகப் புரண்டு ஸ்நூஸ் மோடில் போட்டுவிட்டு, எழாமல் படுத்துக்கிடந்தான்.

ஒவ்வொரு பத்து நிமிட இடைவெளியிலும் அலாரம் அடிப்பதும், அதை அவன் ஸ்நூஸ் மோடில் போடுவதுமாகக் கிடந்தான். ஆறேகால்போல எழுந்து அலைபேசியில் மணியைப் பார்த்ததும், அவசரம் அவசரமாக துண்டும் கையுமாக கதவைத் திறந்து வெளியே ஓடினான். சட்டென்று அவன் தப்பித்துவிட்டதாக நினைத்த எலி, கம்பியைக் கடித்து தானும் தப்பிக்க வழி தேடியது. முடியாமல்போக, 'கீச் கீச்' என கத்தத் தொடங்கியது.

தலையைத் துடைத்தவாறு அறைக்குள் நுழைந்தவனைப் பார்த்த எலி, அமைதியாய் ஆச்சரியத்தோடு கண்களைச் சுருக்கி 'இவன் எப்படி மறுபடி வந்து மாட்டினான்?' என்ற கேள்வியோடு அவனைப் பார்த்தது. அவன் வேக வேகமாக துணிகளை மாட்டிக்கொண்டு, தலை சீவியும் சீவாமலும், அலைபேசியை எடுத்துப் பாக்கெட்டில் வைத்து, மடிக்கணினிப் பையைத் தோளில் தொங்கவிட்டு, கதவை சாத்தி வெளியே சென்றான்.

எலி ஒரு நிமிடம் குழம்பிப்போய் 'திரு திரு' என முழித்தது. நம்மலப் போலதான் இந்த எடத்துல வந்து மாட்டிக் கெடந்தான். இப்ப கொஞ்ச நேரத்துக்கு முன்னாடிதான் தப்பிச்சி வெளியே போனான். அப்புறம் எப்படியோ திரும்ப வந்து மாட்டிக்கிட்டான். இப்ப

பாத்தா மறுபடியும் தப்பிச்சிப் போயிட்டானே. நம்மால மட்டும் ஏன் இங்கிருந்து தப்பிச்சிப் போக முடியல என்ற பலத்த யோசனையும், கவலையும் கலந்து பொறிக்குள் சுற்றித் திரிந்தது.

இரவாகியது, வெளியே சென்றவன் நேற்றைப் போலவே சோர்வாக தோளில் மடிக்கணினிப் பையுடனும், கையில் பாலித்தீன் பையில் உணவுப் பொட்டலத்துடனும் உள்ளே நுழைந்தான்.

விளக்கு மற்றும் மின்விசிறியின் சுவிட்ச்களைப் போட்டுவிட்டு, காலணியையும் காலுறையையும் கழட்டி கதவுக்குப் பின்புறம் எறிந்தான். மேசையில் உணவுப் பொட்டலத்தை வைத்து, தண்ணீர் பாட்டிலை எடுத்து கொஞ்சம் தண்ணீர்க் குடித்தான்.

மடிக்கணினிப் பையைக் கட்டிலில் ஒரு ஓரமாக வைத்து, சுவரில் சாய்ந்தவாறு உட்கார்ந்துகொண்டு அலைபேசியை எடுத்து தனது சேமிப்பில் இருந்த எண்ணுக்கு அழைத்தான்.

இரண்டாவது ரிங்கில் மறுமுனையிலிருந்து, "ஹலோ... சொல்லுங்க தாஸ்" என்று ஒரு பெண்ணின் குரல் கேட்டது.

"ஒன்னுமில்ல. நாளைக்கு அந்த ஆர் ஆர் கம்பெனியிலிருந்து பாலாஜின்னு ஒருத்தர் காலையில வர்றேன்னு சொல்லிருக்காரு. அவர்கிட்ட கொடுக்க வேண்டிய டாக்குமெண்ட்ஸ் எங்கிட்டத்தான் இருக்கு. இன்கேஸ், நான் வர்றதுக்கு முன்னாடியே அவரு வந்துட்டாருன்னா, என்னுடைய கேபின் டிராயர்லதான் அது இருக்கு. கொஞ்சம் எடுத்து அவருகிட்ட கொடுத்துடுங்க."

"ஷியூர் தாஸ். ஆமா டிராயர் கீ?"

"அது ஓபன்லதான் இருக்கு."

"ஓ... அப்படியா, இட்ஸ் ஓகே நான் கொடுத்துடுறேன்."

"தேங்ஸ் திவ்யா."

"யூ ஆர் வெல்கம் தாஸ். குட் நைட்."

"குட் நைட்" என்று அலைபேசியை வைத்தவுடன், மடிக் கணினியில் ஏதோ நோண்டிவிட்டு, சாப்பிட்டுவிட்டுப் படுத்தான்.

இவ்வளவுக்கும் எலி அவனை பொருட்படுத்தவேயில்லை. அவன் நினைத்தால் உடனே தப்பித்துவிடுவான். தன்னுடைய நிலைமைதான் அப்படியில்லை என்று நினைத்திருக்குமோ என்னவோ. நேற்றாவது பரவாயில்லை... தின்பதற்கு கொஞ்சம் மிச்சமீதிக் கிடைத்தது.

இன்று அதுவுமில்லை. நேரமாக ஆக எலிக்கு பசியும், உயிர் பயமும் கூடிக்கொண்டே போக, கத்தியவாறு அங்குமிங்கும் ஓடியது.

சத்தத்தைக் கேட்டு கண் விழித்தவன் எழுந்து மெதுவாக வந்து மர அலமாரிக்கு அடியில் குனிந்து பார்த்தான். எலி எப்படியும் தப்பித்துவிடுவது என்ற முடிவுடன் பொறியினுள் சுற்றிச் சுற்றி ஓடிக்கொண்டிருந்தது.

“குளூவெல்லாம் வைக்காதீங்க தம்பி. மாட்டி இழுத்துக்கிட்டு ஓடி எங்கயாவது செத்துக் கிடந்து தெரியாமப் போச்சின்னா, புழு புழுத்து நாற ஆரமிச்சிடும்'' என்று சொல்லி, ‘வீட்டு ஓனர் கொடுத்த எலிப்பொறி நல்லா வேல செஞ்சிருச்சி’ என்று நினைத்துக்கொண்டு, “மாட்டிக்கிட்டியா! சார்ஜர் ஒயர், ஷூ எல்லாத்தையும் கடிச்சா வைக்குற..? செத்த நீ!” என்று பொறியைத் தூக்கிக்கொண்டு சாலைப் பக்கம் சென்றான்.

‘கொஞ்சதூரம் போய் அடிச்சு சாகடிச்சிடலாம்’ என நினைத்தவன், போகும் வழியில் என்ன நினைத்தானோ, திடீரென மனம்மாறி பொறியை கண்ணுக்கு நேராகத் தூக்கி, எலியைப் பார்த்து, “இதுதான் கடைசி. இனிமே என் ரூம் பக்கம் வந்த... கண்டிப்பா சாவுதான். ஓடிடு!” என்று சொல்லி, பொறியை கீழே வைத்து கதவைத் திறந்தான்.

எலி, அடுத்த நொடி பாய்ந்து ஓடியது! அவன், அறைக்குள் வந்து கதவை சாத்திக்கொண்டான்.

மூமா

வீட்டில் உள்ள எல்லாருக்கும் எல்லாரையும் பிடிக்கும் என்றாலும், நாம் யாராவது ஒருவரின் மேல்தான் அதீத அன்பும் பாசமும் கொண்டிருப்போம். அதேபோல்தான் அவர்களுக்கும் நம்மேல் அதீத அன்பும் பாசமும் இருக்கும். அப்படித்தான் எனக்கும் என் மூமாவுடைய உம்மா மைமூன்னம்மாவிற்கும். அது எந்த அளவு என்று கேட்டீர்கள் என்றால், அவள் தன்னுடைய ஒத்த சொத்தாய் பாதுகாத்து வைத்திருக்கின்ற அவளுடைய கையளவு சின்ன இரும்புக் குழவியில் முழு பாக்கைப்போட்டு உடைத்து. அதைச் சின்ன டப்பாவுக்குள் கொட்டி வைத்துக்கொண்டு, அடிக்கடி வெற்றிலையை முன்னும் பின்னும் துடைத்து அதன் காம்பையும் நுனியையும் கிள்ளியெறிந்துவிட்டு, உடைத்துவைத்தப் பாக்கை எடுத்து வெற்றிலைக்கு நடுவில் வைத்து மடித்து, குழவியில் போட்டு இடித்து, அது குழைந்ததுபோல் ஆனதும் பக்குவமாய் எடுத்து, அளவோடு சுண்ணாம்பு சேர்த்து வாயில் போட்டுக்கொள்வாள்.

அப்படி இடிக்கின்ற சமயத்தில் நான் சென்றுவிட்டால், அதில் எனக்கும் ஒரு பங்கு கிடைத்துவிடும். ஒருவேளை அவள் மென்றுக்கொண்டிருக்கும் சமயத்தில் சென்றால், என்னைப் பார்த்ததும் “இம்புட்டு நேரம் எங்கப்புள்ள போயி தொலஞ்ச?” என்று பாசத்தோடு திட்டி, “இங்கிட்டு வா...” என அவளருகில் உட்காரவைத்து, தான் வாயில் மென்னதை எடுத்து எனக்கும் கொஞ்சம் கொடுப்பாள். இது அவளும் நானும் வேற வேற இல்லை என்பதற்குச் சமம்.

சரியாகப் பார்த்தோமென்றால் அவள் எனக்குப் பூட்டி முறை வேண்டும். என் பெரியம்மாவுடைய மகள் அதாவது என் அக்காவின் மகனுக்கு இவள் ஓட்டி முறை. இப்படி ஐந்து தலைமுறையைக் கண்டவளை நான் ‘அவள், இவள்’ என்கிறேன் என்றால், எனக்கும் அவளுக்குமான நெருக்கம் அப்படி. அவளுக்கும் சரி, எங்களுக்கும்

சரி, அவளுடைய சரியான வயது தெரியவில்லை. ஆனாலும் அந்த வயதிற்கான முழு தளர்வையும் அவள் உடம்பில் பார்க்க முடியாது.

முழுவதும் வெள்ளையாய் மாறிப்போன பின்பும் இன்னும் அள்ளி முடிந்து கொண்டை போடுகின்றளவு கோரை முடி. நீந்தும் மீனின் கண்களைப் போன்ற பளிச்சென்ற சிறிய கண்களோடு, ஒல்லியாக, பொக்கை வாயுடன் அழகாய் இருப்பாள். அவளை எப்போது தொட்டாலும், அவளுடைய உடம்பு குளிர்ச்சியாகதான் இருக்கும். வாரச் சந்தைக்கு வெற்றிலை பாக்கு வாங்கப்போனாலும் சரி, விடியற்காலையில் எழுந்து ஆற்றுக்கோ குளத்துக்கோ ஒதுங்கப்போறதாக இருந்தாலும் சரி, என்னைத்தான் கூடவே அழைத்துக்கொண்டு போவாள். நான்தான் அவளுக்கு எல்லாமும்.

அப்படி ஒரு கோடை நாளில் விடியற்காலையில் நான் நன்றாக அசந்து தூங்கிக்கொண்டிருக்கும்பொழுது “ஏய் முஜாஹிதா எழுந்துருச்சி வா சுபுஹு நேரம் முடியப் போவுது” எனக் குரல் கொடுத்தாள். நான் தூக்கத்தில் அசைந்து கொடுத்துத் திரும்பித் திரும்பிப் படுக்கையில் “பொம்பளப் புள்ளைக்கு அப்படி என்ன தூக்கம் கெடக்கு கிளம்பி வா!” என தொடையைத் தட்டினாள். நான் கண்களைத் துடைத்தவாறு எழுந்து உட்கார்ந்தேன். “பொம்பளப் புள்ளைக்கு இவ்வளவு தூக்கம் ஆகாதுடி. போயி ஒரு கொடத்தையும், தண்ணி அள்ளி ஊத்த ஒரு சின்னக் கிண்ணியையும் எடுத்துட்டுவா!” என்றாள். எனக்குப் பெரும் ஆச்சர்யம். ஏனென்றால் அதுவரைக்கும் நாங்க எங்கேயெல்லாமோ சுற்றித் திரிந்திருக்கிறோம். ஆனால் ஒருநாள்கூட தண்ணிப்பிடிக்கப் போனதே இல்லை. இரண்டு நாளைக்கு ஒருதடவை நகராட்சி குழாயில் வருகிற தண்ணியத்தான் அம்மா வீட்டுக்குக் குடிக்கப் பிடித்துக்கொள்வார்கள். மற்றபடி எல்லா செலவிற்கும் வீட்டிலுள்ள போர் தண்ணியைத்தான் பயன்படுத்துவோம்.

அப்படி இருக்க மூமா ஏன் இன்னைக்கு வெளில் சென்று தண்ணிப்பிடிக்க கூப்பிடுகிறாள் என்று தெரியாமல், “மூமா நாளைக்குத்தான் பைப்ல தண்ணி வர நாளு...” என்றேன். உடனே “எனக்குத் தெரியும் நீ எடுத்துட்டு வா!” என்று சொன்னதும் நான் அடுப்படிக்குச் சென்று, ஒரு காலி குடத்தையும் கிண்ணியையும் எடுக்கப்போனேன். கொல்லையில் பாத்திரம் கழுவிக்கொண்டிருந்த உம்மா என்னைப் பார்த்ததும் “கொடத்த எடுத்துக்கிட்டு எங்க போற?” என்றார். “மூமா எடுத்துட்டு வர சொல்லுது” என்றதும், என்னைப் போலவே உம்மாவுக்கும் பெரும் ஆச்சர்யம்!

“எதுக்கு இப்ப கொடம்” என்று கையைக் கழுவி எழுந்து உள்ளே வந்து மூமாவிடம், “கொடத்த எடுத்துக்கிட்டு எங்க போறிங்க?” என்றதற்கு, “ஆத்துல தண்ணிப் புடிக்கப் போறோம்” என்றாள்.

“அதான் பொழங்க கொல்லைல தண்ணி இருக்கு அப்புறம் எதுக்கு” பதில் எதுவும் பேசாமல் “நீ வா புள்ள” என்று என்னைக் கூப்பிட்டாள்.

“அடிக்குற வெயிலுக்கு ஆறு குளமெல்லாம் சொட்டுத் தண்ணி இல்லாம காஞ்சிப்போயி கெடக்கு. இதுல நீங்க எங்கப் போயி தண்ணி எடுக்குறது…” என்று சொல்லிக்கொண்டிருக்கும்போதே, கூடத்தில் படுத்துக்கிடந்த அத்தா திரும்பி படுத்தவாறு, “போருல தண்ணி கெடக்கு. அப்புறமும் ஏன் வெறும் மண்ணா கிடக்குற ஆத்துக்குப் போயி என்ன பண்ணப் போறிய… சும்மா இருங்க!” என்றார்.

அறையில் இருந்து மாமாவும் “என்ன என்னைக்கும் இல்லாம இன்னைக்குக் கொடத்த எடுத்துக்கிட்டு தண்ணிப் புடிக்க கிளம்பிட்ட. சைட்டு அடிக்கப் போறியா?” என்று மூமாவைக் கிண்டல் பண்ணினார். யாருடையப் பேச்சையும் மூமா கேட்பதாக இல்லை.

“சரி வுடுங்க அங்க எங்கேயும் தண்ணிக் கெடைக்கப்போறதில்ல. சும்மா போயிட்டு வரட்டும்” என்று அத்தா சொன்னதும் சரியென்று உம்மாவும் அதற்குமேல் எதுவும் சொல்லவில்லை.

மூமா என்னை அழைத்துக்கொண்டு ஆற்றங்கரைக்குப் போகும் வழியில் மூமாவிடம், “உம்மா, அத்தா, மாமான்னு யாரு சொல்லியும் கேட்காம ஏன் ஆத்துக்குக் கொடத்த தூக்கிட்டு வர்ற” என்று கேட்டதும். என்னை ஒருநிமிசம் அமைதியாகப் பார்த்துவிட்டு, “அப்ப நம்ம வூடு இந்த ஆத்தங்கரையிலதான் இருந்துச்சி. கொல்லைல ஆறு ஓடும். நான் எப்போதும் குளிக்குறேங்குற பேருல ஆத்துக்குள்ளேயேதான் ஊரிக்கிட்டு கெடப்பேன். கண்ணு செவந்து கை காலெல்லாம் ஊரிப் போயிடும். செல நேரம் என் உம்மா கோவத்துல எப்ப பார்த்தாலும் ஆத்துலயே கெடப்பியா கெடப்பியான்னு அடிக்கும். ஒவ்வொரு தடவையும் என் மூமாதான் தடுத்து அந்தப் புள்ள பொறக்கும் போதே அந்த ஆத்து தண்ணிலதான கழுவுனோம். அதான் அங்கேயே கெடயா கெடக்கா போல. என்னதான் ஊரிக்கெடந்தாலும் அந்த தண்ணியால அவ ஒடம்புக்கு ஒன்னும் ஆகுறதுல்ல. சரி வுடு இப்ப அடிச்சா மட்டும் அவ இதோட போவாம இருந்துருவாப் போறான்’’னு சொல்லும். உடனே நான் இடைமறித்து “அப்ப நீ ஹாஸ்பிட்டல பொறக்கலையா?” என்றேன்.

“இப்பதான தொட்டதுக்கும் தர்மாஸ்பத்திரிக்கு போறதெல்லாம். நான்லாம் வூட்டுலதான் பொறந்தேன். ஆறு கொல்லப்பக்கம்குறதால எனக்கு வெவரம் தெரிஞ்சி பாத்தரம் கழுவுறது, பல்லு வெலக்குறது, குளிக்குறதுன்னு எல்லாமே இங்கதான். பள்ளிக்கூடம் இல்லன்னா போதும் மீனு புடிக்குறது, களிமண்ணு கொழப்பி மண்பான செஞ்சி வெளையாடுறதுன்னு எப்போதும் இந்த ஆத்த சுத்தியேதான் திரிஞ்சேன். நான் பெரிய மனுசியானதும் என்ன இந்த ஆத்துத்தண்ணிலதான் குளிப்பாட்டுனாங்க” என்று மூமா அவளுக்கும் இந்த ஆறுக்குமான உறவைப் பற்றிs சொல்லிக்கொண்டிருக்கும்போதே நாங்கள் ஆற்றங்கரைக்கு வந்து சேர்ந்தோம்.

லாரி டிராக்டர் மாட்டு வண்டி என்று எல்லாவற்றிலும் மண்ணள்ளி ஆற்றில் ஆங்காங்கே குண்டும் குழியுமாக இருந்தது. எங்கேயும் சொட்டுத் தண்ணி இல்லை. கரையோரம் நின்ற ஆலமரத்திலிருந்து அப்போதும் நல்ல குளிர் காற்று வீசியது. மூமாவின் முகத்தில் ஒருவித சந்தோஷமும் ஏதோ சொல்ல முடியாது சோகமும் கலந்திருந்தது.

விறுவிறுவென ஆற்றுக்குள் இறங்கி ஒரு பெரிய பள்ளத்தில் உட்கார்ந்து யாரோ கிட்டி புல் விளையாடிவிட்டு மறந்துப்போன கருவேல மரத்தில் செஞ்ச கிட்டியைக் காட்டி “அத எடுத்துட்டு வந்து இங்க நோண்டு” என்றாள். “நோண்டுனாலும் தண்ணி வராது மூமா” என்றேன். “நீ பேசாம நோண்டு புள்ள” என்றதும் நான் நோண்ட ஆரம்பித்தேன். கிட்டியுடைய முனை கூர்மையாக சீவி இருந்ததால் குழி நோண்ட எனக்கு கொஞ்சம் இலகுவாக இருந்தது. என் முட்டிக் கையளவு ஆழமானதும் “இங்க எங்க தண்ணி வரப்போவுது..?” என்றேன்.

“நீ பேசாம நோண்டு தண்ணி வரும்!” என்றாள்.

கொஞ்ச நேரத்திற்குப் பிறகு என் முழு கையும் குழிக்குள் போகுமளவுக்கு ஆழமாகியதும் “எங்க ஒன்னத்தையும் காணம்” என்று மூமாவின் முகத்தைப் பார்த்தேன். மூமா எதுவும் பேசாமல் குழியையே பார்த்துக்கொண்டிந்தாள்.

எனக்கு கை வலித்தது. இருந்தும் அவளுக்காக தொடர்ந்து நோண்டினேன். காலை வெயில் சுளீரென்று அடித்தது. வேர்க்க வேர்க்க புறங்கையால் நெற்றியை துடைத்துக்கொண்டு வேகவேகமாக நோண்டி களைக்கும் நேரத்தில் கிட்டத்தட்ட என் தொடையளவு ஆழத்தில் லேசாக தண்ணீர் கசிந்தது. உடனே நான் சந்தோஷத்தில் மூமாவிடம்

“தண்ணி ஊருது” என்றதும் அதுவரை எதுவும் பேசாமல் வெறித்து குழியை பார்த்துக்கொண்டிருந்தவளின் முகத்தில் ஒரே சந்தோஷம். அந்த சந்தோஷத்தில் அவளின் கண்கள் கலங்கியது. அந்த கண்ணீர் துளியில் தெரிந்த சின்ன சூரியனில் வெயில் தகதகவென இருந்தது.

தண்ணீரைப் பார்த்த சந்தோஷத்தில் நானும் இன்னும் கொஞ்சம் வேகமாக நோண்டி “நீ சொன்ன மாதிரி தண்ணி வந்துடுச்சி” என்று நிமிர்ந்தேன். மூமா என்னை குழியிலிருந்து மேலே ஏறச் சொல்லி, அவளின் முந்தானையால் என் முகத்தை துடைத்துவிட்டாள். நான் களைப்பில் உட்கார்ந்தேன். கையை மணலில் ஊன்றி குழியைப் பார்த்தாள். தண்ணீர் கொஞ்சம் நிரம்பி இருந்தது. கொண்டு வந்த கிண்ணியை எடுத்து அடியிலிருந்த தண்ணீரை அள்ளினாள். அதில் முக்கால்வாசியளவு தண்ணீரும் கொஞ்சம் மணலும் இருந்தது, அதை அப்படியே குடத்தில் ஊற்றினாள். மறுபடி தண்ணீர் ஊர கொஞ்சம் நேரமானது.

“ஏன் மூமா உனக்கு இந்த ஆத்து தண்ணினா அவ்வளவு புடிக்குமா” என்றதற்கு “ஆமா” என்று சிரித்தாள். மீண்டும் ஊரிய தண்ணீரை அதேபோல் ஒரு கையை மண்ணில் ஊன்றி மறுகையை உள்ளேவிட்டு அள்ளி தண்ணீரும் மணலுமாய் குடத்தில் ஊற்றினாள்.

“நான் வேணா ஊத்தவா?” என்றதற்கு வேண்டாம் என்று சொல்லியவள் சோகத்தோடு, “நான் ஒன்னமாதிரி சின்னவளா இருந்தப்ப, கோடயிலகூட கெண்ட காலு அளவு தண்ணீ ஓடும். மண்ண கண்ணால பாக்க முடியாது. இப்ப எங்கப் பாத்தாலும் மண்ணாதான் கெடக்கு” என்றாள். அப்படியா என்று கேட்டுக்கொண்டிருக்கும் நேரத்தில் குடத்தில் தண்ணீரும், வானத்தில் சூரியனும் ஏறிக்கொண்டே இருந்தது.

வெயில் அதிகமானதும் “சரி நீ போயி ஆலமரத்தடில உட்காரு. நான் கூப்புடுறேன்” என்றாள். சரியென்று நான் எழுந்து சென்று ஆலமரத்தடி நிழலில் உட்கார்ந்தபடி அவளையே பார்த்துக்கொண்டிருந்தேன்.

நேரம் கடந்தது. மதிய உச்சி வெயில் தாங்கவில்லை. ஆனாலும் மூமா எந்த ஒரு சலனமும் இல்லாமல் குடத்தை நிரப்புவதிலேயே கவனமாக இருந்தாள். அப்போது என் வகுப்பு தோழர்கள் எங்க தெரு அண்ணனோடு குருவி அடிக்க அந்தப் பக்கம் வந்தார்கள். அவர்களின் கையில் கலட்டா பெல்ட்டாவும், ஒரு இறந்த கொக்கும் தொங்கிக்கொண்டிருந்தது. “எங்கடா புடிச்சிங்க?” என்றேன்.

50 | தீர்மானம்

"பக்கத்து வயக்காட்டுல அடிச்சது" என்ற அழகர் "ஆமாம் நீ எங்க இங்க வந்த?" என்று கேட்டான்.

"ஆத்துல தண்ணி எடுக்க" என்றேன். அவன் கேலியாக "இங்கதான் தண்ணியே இல்லையே!" என்றான்.

"குழி நோண்டுனா தண்ணி வருது" என்று சொன்னதும். "அட போப்புள்ள. இப்படி குழி நோண்டி கஷ்டப்படுறதுக்கு, முத்து வீட்டு பக்கம் உள்ள கரைக்கு போயிருந்தியன்னா பள்ளத்துல அங்கங்க தண்ணி கெடக்கு" என்றான்.

அவர்களுடன் பேசிக்கொண்டே போனதில், கடைசியில் வீட்டு வாசல் வரைக்கும் சென்றுவிட்டேன். அப்போதுதான் அல்லாவே மூமாவ மறந்து விட்டுட்டு வந்துட்டோமே என்ற ஞாபகம் வந்தது. மூச்சி வாங்க ஓடிவந்து ஆற்றங்கரையில் நின்று பார்த்தேன். மூமா குடத்தை நிரப்பும் கடைசி கிண்ணித் தண்ணீரை ஊற்றினாள்.

நல்லவேளை என நினைத்துக்கொண்டு, எதுவும் நடக்காததைப்போல அவளருகில் சென்று நின்றேன்.

"எங்க புள்ள போன திரும்பி பார்த்தேன். ஆள காணல?" என்று கேட்டதும் அங்கதான் நின்னேன்னு சமாளித்தேன்.

"ரொம்ப நேரமாச்சா" என்றவாறு கையை கால் முட்டியில் ஊன்றி எழுந்தாள். ஆமாம் என்று தலையாட்டினேன். இப்போது எப்படி குடத்தை தூக்குவது என்ற யோசனையில் மூமா நின்றாள். அதை உணர்ந்தவளாய் "நான் தூக்கிக்குறேன் மூமா" என்றேன். "அவ்வளவு தூரம் எப்படி தூக்குவ?" என்று கேட்டவளுக்கு "அதெல்லாம் வச்சி வச்சி கொண்டு போயிடலாம் மூமா" என்று சொன்னேன்.

தயக்கத்தோடு "ம்ம்ம்..." என்றாள். அங்க இங்க இறக்குவதும் தூக்குவதுமாய் ஒருவழியாய் வீடு வந்து சேர்ந்தோம். வரும்போது குடத்திலிருந்து தண்ணீர் தழும்பியதில் என் மேல் துணி, பாவாடை, சட்டையெல்லாம் ஈரமாகி இருந்தது.

குடத்தை வீட்டின் நடுவேயுள்ள முற்றத்தின் ஓர் ஓரத்தில் வைத்தப்பின், காலில் ஒட்டியிருந்த மண்ணை தரையில் தட்டிவிட்டு, பக்கத்திலிருந்த வாளியில் தண்ணீர் எடுத்து காலில் ஊற்றிக் கழுவினேன். "போயி வெரசண்டு பாவாட சட்டைய மாத்திட்டு ஒரு மூடிப்போட்டு கொடத்த மூடு" என்றாள்.

நானும் பாவாடை சட்டையை மாற்றி, குடத்தை மூடிவிட்டு அவளுக்குப் பக்கத்தில் சென்று அமர்ந்தேன்.

என் கன்னத்தைத் தடவி முத்தமிட்டு மோர்ந்தவளின் கண்கள் கலங்கி இருந்தது. சிலநேரம் இப்படித்தான் எதையாவது நினைத்து கண் கலங்குவாள். யாரிடமும் எதையும் சொல்லமாட்டாள். நான் பக்கத்தில் இருந்தால் என்னவென்று கேட்பேன். சொல்லாமல் என் கன்னத்தை தடவி முத்தம் கொடுத்து மெதுவாக சிரித்த முகம் காட்டுவாள். இப்பவும் அப்படித்தான் என்று நினைத்துக்கொண்டேன். நான் வருவதற்குள் இடித்து வைத்த வெத்தலையை எனக்குக் கொடுத்தாள்.

கொல்லையிலிருந்து வரும்போதே குடத்தைப் பார்த்துவிட்டு "இவ்வளவு நேரமா எங்க போயி தண்ணி புடிச்சிட்டு வந்திங்க" என கேட்ட உம்மா வாயில் போட்ட வெத்தலையை ஒதிக்கி நான் பதில் சொல்வதற்குள், "அடுப்படில சோறும் கீரைச்சாறும் இருக்கு ரெண்டுபேரும் போட்டு சாப்புடுங்க. உன் மாமா இன்னும் சாப்புட வரல. வந்தான்னா... சாப்பாடு போட்டுக்கொடு. நம்ம ஒரலு தண்ணில நனஞ்சிக் கடக்கு. நான் போயி மரியம் அத்தம்மா வூட்டுல இடியப்பம் மாவுக்கு இடிச்சிட்டு வந்துடுறேன்" என சொல்லி கிளம்பிய சிறிது நேரத்தில் வீட்டிற்கு வந்த மாமா, முற்றத்தில் இருந்த குடத்தை சாய்த்து நாங்க பிடித்து வைத்திருந்த ஆற்றுத்தண்ணீரில் காலை மட்டும் கழுவியது.

அதைப் பார்த்த மூமா "ஏன்டா அந்த தண்ணிய எடுத்த... பேதில போவ..." அப்படி இப்படின்னு நல்லா திட்ட ஆரம்பித்தது. மாமா எப்போதும் மூமாவோட பாக்கு உரலை ஒளித்து வைக்கிறது. வெற்றிலையை எடுத்து ஒளிக்கிறது. பாக்கை எடுத்து தின்கிறது என்று வம்புக்கு இழுத்து செல்லமா சண்டைப்போடும். இரண்டு பேரும் சண்டைப் போடாத நாளே இல்ல. ஆனால் என்னைக்கும் இல்லாதளவு இன்னைக்கு மூமா நன்றாக திட்டியது. நானும் எவ்வளவோ சொல்லியும் கேட்கவில்லை.

மாமா, "ஒன் சொத்தையா புடிங்கிக்கிட்டேன். செலவுக்குதான தண்ணி புடிச்சிட்டு வந்த. அப்புறம் ஏன் செலவு செய்ய உடமாட்டேங்குற. இப்படி திட்டிக்கிட்டே இருந்தியன்னா கொடத்து தண்ணி எல்லாத்தையும் கீழ சாச்சி வுட்டுப்புடுவேன்" என சும்மா சொல்லிவிட்டு சாப்பிட உட்கார்ந்தது.

இதுபோன்ற மாமாவுக்கும் மூமாவிற்குமான சண்டைகள் அடுத்த

ஒருமணி நேரத்தில் எப்படியோ சமாதானத்திற்கு வந்து இரண்டு பேரும் சிரித்துப் பேச ஆரம்பித்துவிடுவார்கள். ஆனால் அன்று மூமாவிடவே இல்லை. மொனங்கிக்கொண்டே இருந்தது. அதற்கு பிறகு இரவில் எல்லாரும் வீட்டில் இருக்கும்போது "அந்தக் கொடத்து தண்ணிய யாரும் எடுக்க கூடாது சொல்லிப்புட்டேன்!" என கடிந்த குரலில் சொன்னதும். "பொழங்காம சும்மா வைக்கவா இவ்வளவு தூரம் வெயிலுல போயி தண்ணி தூக்கிட்டு வந்தம்மா?" என்று உம்மா கேட்டதற்கு மூமாவிடமிருந்து எந்த பதிலும் இல்லை. அதுக்கு பிறகு யாரும் அந்த தண்ணீரை எடுக்கவில்லை.

இது நடந்து சரியாக இரண்டாவது நாள் காலையில், மூமா என்னை எப்போதும்போல சீக்கிரம் வந்து எழுப்பவில்லை. நானேதான் எழுந்து பார்த்தேன். "தெனமும் காலைல வெல்லனமே எந்திரிக்கணும் புள்ள'' என்று சொல்கின்றவள் அன்று படுத்தப்படுக்கையாக கிடந்தாள். உம்மா அழுதபடி இருந்தாங்க. அத்தா மாமா எல்லாரும் மூமாவிற்கு பக்கத்தில் உட்கார்ந்திருந்தார்கள். என்ன ஆனது என்று தெரியாமல் நானும் அவளின் பக்கத்தில் வந்தமர்ந்தேன். மூமா என்னைப் பார்த்தாள். இருந்தும் அவளால் சரியாக பேச முடியவில்லை. நேற்றுவரை நல்லாதான் இருந்தாள். அவளுக்கு எந்த நோயும் இல்லை. ஆனால் இன்னைக்குப் படுத்தப்படுக்கையாக இருக்கிறாளென்று எனக்கு அழுகை வந்தது. மூமாவின் கையை பிடித்துக்கொண்டேன். அப்போது மூமா மெதுவாக எதோ சொல்ல, உம்மா குனிந்து காதை அவளருகில் கொண்டுசென்று கேட்டார். "எனக்கு முத்தம் கொடுக்கணும்னும், அன்னைக்குப் புடிச்சிட்டு வந்த அந்த ஆத்து தண்ணிலதான் தன்ன கசப்புமாத்தணும்" என்றும் மூமா சொன்னதாக உம்மா சொன்னதும் நான் என் கன்னத்தை அவளின் உதட்டில் வைத்தேன். அவள் முத்தம் வைத்தாள். அப்போது அவளின் கண்களில் கண்ணீர் வடிந்தது. எப்போதும்போல் ஒன்றுமில்லை என்பதைப்போல் சிரித்த முகம் காட்டினாள். நானும் பதிலுக்கு முத்தம் கொடுத்து. உனக்கு ஒன்றுமில்லை என்பதை அவளுக்கு உணர்த்தினேன். அதற்கு பிறகு இரண்டு மணி நேரத்தில் அவள் உயிர் பிரிந்தது. அவள் விரும்பியதைப்போலவே அந்த ஆற்றுத்தண்ணியில் அவளை கசப்பு மாற்றி அடக்கம் பண்ணினோம்.

அன்றைக்கு ஒருநாளும் இல்லாமல் புதுசா மூமா தண்ணிப் பிடிக்க கூப்பிட்டதும். வீட்டுலையும் நானும் ஆத்துத்தண்ணி எதுக்கு வேணான்னு எவ்வளவோ சொல்லியும், அவள் யாரு பேச்சையும்

கேட்காமல் போனதற்கும். மாமா கொஞ்சமாக தண்ணி எடுத்ததற்கு அன்னைக்குப் பூரா திட்டியதற்கும் அர்த்தம் நான் வளர்ந்ததுக்கு பிறகுதான் தெரியவந்தது. தான் இறக்கப்போறதாய் உணர்ந்ததும் அவள் பிறந்தவுடன் கழுவிய அதே ஆற்றுத்தண்ணியில், வயதுக்கு வந்தவுடன் குளிப்பாட்டிய தண்ணியில், கல்யாணம் முடிந்த அடுத்தநாள் குளித்த தண்ணியில்... இப்படி அவள் வாழ்க்கையில் எல்லாமுமாக இருந்த அதே ஆற்றுத்தண்ணியில்தான் கடைசியில் தன்னைக் குளிப்பாட்டணும் என்று நினைத்திருக்கிறாள். அவள் இறக்கும் வரை எப்போதும் குளிர்ச்சியாயிருந்த அவளின் உடம்பிற்குள் இந்த ஆறு ஓடிக்கொண்டேதான் இருந்திருக்கிறது என்பதை இப்போது நான் உணர்கிறேன்.

ஒருநாள் "ஏன் மூமா நீ ஒல்லியா இருக்க?" என்று கேட்டதற்கு, "சின்ன வயசுல குண்டாதான் இருந்தேன். வயசுக்கு வந்ததும் கொஞ்சம் பூசுன மாறி ஆனேன். இப்ப வயசானனால மெலிஞ்சிப்போயிட்டேன்" என்றாள்.

அவளைப்போலவே இந்த ஆறும் ஆரம்பத்தில் அகலமாகவும், காலம் மாற்றத்தில் மக்களின் சுயலாபத்திற்கு ஏற்றார்போல் குறுகியும் இன்று குளிர்பானம் தயாரிக்கும் தொழிற்சாலையினாலும், இன்ன பிற கடைகள் மற்றும் குடியிருப்புகளின் ஆக்கிரமிப்புகளினாலும் குப்பையும் கூளமுமாக ஒரு சாக்கடையைப்போல் மெலிந்து தேங்கிக் கிடக்கிறது. இந்த ஆற்றை மீட்கும் எண்ணத்தில் போராட்டம் ஆரம்பிக்கவும், அது தொடர்ந்து நடக்கவும் என் கல்லூரி முதல்வரிடம் பேசி அதற்கான அனுமதியைப் பெற்று, என் கல்லூரி நண்பர்களுடன் கடந்த இரண்டு நாட்களாக போராட்டத்தில் நின்றுக்கொண்டு இருக்கிறேன். இதை மீட்பதன் மூலம் என் மூமாவின் உயிர் இந்த ஆற்றில் ஓடிக்கொண்டிருக்கும் என்ற நம்பிக்கையில், கையில் பதாகை ஏந்தி அவளின் நினைவுகளோடு அதே வெயிலில் நின்றுக்கொண்டிருக்கிறேன்.

விளையாட்டு

சற்றும் எதிர்பாராத நேரத்தில், தன்னைத் தாக்க வந்த ஏதோவொன்று கடந்து சென்ற அதிர்வலைகளை உணர்ந்த மறுகணம், தேனை உறிஞ்சிக்கொண்டிருந்த மஞ்சள் நிற மலரிலிருந்து எத்தனித்து, ஒரு சிறிய பறத்தலில் அடுத்த மலரில் வந்தமர்ந்தது அந்த வண்ணத்துப்பூச்சி.

அதன் இறகுகள் முழுவதும் கருப்பு நிறத்திலும், ஓர விளிம்புகளுக்கு அருகில் சுற்றிலும் சிகப்பு நிற வட்ட வடிவ பொட்டுகளும், அந்த பொட்டுகளை முதுகில் இணைக்கும் பாலம் போல மெல்லிய ஊதா நிறக்கோடுகளும் தெறித்தோடியது. வழக்கத்தைவிட சற்று பெரிதாக காணப்பட்ட இரு உணர்கொம்புகளின் முனை சுருண்டு, அதனழகை மேலும் கூட்டியிருந்தது.

இதையெல்லாம் கவனித்து ரசிக்கும் மனநிலையில் அவர்கள் அப்போதில்லை. இந்த நேரத்தில் அது அவர்களின் எதிரி. உடனே வீழ்த்தப்பட வேண்டியது. யார் கையில் என்பதில்தான். போட்டியும் கூக்குரலும்.

வீசியெறியப்பட்ட அடுத்தக் கல்லிலும் தப்பித்ததால், ஓவென ஒருமித்த குரல் எழும்பி அடங்கியது. வண்ணத்துப்பூச்சியின் தப்பித்தலின் நேரம் நீண்டுக்கொண்டே போக, அதைக் கொல்வதற்காக மூத்தவன் விளையாட்டாக அறிவிக்கும் பாயிண்ட்களின் எண்ணிக்கை அதிகரித்துக்கொண்டே சென்றது.

துரத்தி ஓடிக்கொண்டிருந்த இரண்டு பெண் பிள்ளைகளும், மற்ற மூன்று பசங்களுக்கு இடையிடையே துடிப்புடன் துள்ளிக்குதித்து ஓடினார்கள். அதில் அடிக்கும் யுக்திகளையும், பாயின்ட்களின் எண்ணிக்கைகளையும், தன் கட்டுப்பாட்டில் வைத்திருக்கும் மூத்த சிறுவன் இரண்டாவதும், மற்றவர்களின் ஒருவன் ஒன்றாவதும்,

இரட்டைய பெண் பிள்ளைகள் இரண்டும் யூகேஜியும் ஒரே பள்ளியில் படிப்பவர்கள். இன்னொரு சிறுவன் பள்ளிக்கூடத்தில் சேர்க்கும் வயதை இன்னும் எட்டவில்லை. தன்னைவிட வயதில் மூத்தவன் என்பதனால் மட்டும் அவனுக்கு தலைமைப் பொறுப்பு வழங்கப்படவில்லை. அவனிடம் மட்டும்தான் ப்ளே ஸ்டேஷன் கேம் இருக்கிறது. மற்றவர்கள் அனுமதியுடனும், அடம்பிடித்தும், தெரியாமல் ஒளித்தும் பெற்றோர்களின் மொபைல்களில் விளையாடுபவர்கள். அதுவுமில்லாமல் பல புதிய விளையாட்டுகளை தரவிறக்கம் செய்து, அவற்றின் விளையாட்டு முறைகளையும் சொல்லிக்கொடுப்பவன் என்பதாலும்தான், அவன் அந்த கூட்டத்திற்குத் தலைவன்.

ஆட்டம் மும்முரமானது. எல்லோரைவிடவும் வயதில் சிறியவன் ஓடும்போது தடுக்கி விழுந்ததைக் கூட யாரும் கண்டுக்கொள்ளவில்லை. விளையாட்டு உச்சக்கட்டத்தில் இருக்கும்போது, அடிப்பட்டு இறக்கும் தருவாயில் நண்பனே கிடந்தாலும், அவனைக் காப்பாற்ற நேரம் கிடையாது என்பதையும் அவர்களுக்கு வீடியோ கேம்கள் நன்கு கற்றுக்கொடுத்திருந்தது. அவனே எழுந்து கால் முட்டிகளை தடவியபடி மீண்டும் ஓடினான்.

சத்தம் போட்டபடி இங்குமங்கும் ஓடும் பிள்ளைகளை நடைப் பயிற்சி செய்பவர்களும் சிமெண்ட் இருக்கையில் உட்கார்ந்து பேசிக்கொண்டிருந்தவர்களும் தொந்தரவாக நினைத்தார்கள்.

ஒருவேளை, அந்த பசித்த வண்ணத்திப்பூச்சி எப்படியாவது தேனைப் பருகி, உயிர் வாழ்ந்துவிடலாம் என்று எண்ணியதுபோல. இவ்வளவு கலவரங்களுக்கும் நடுவிலும், அங்கும் இங்கும் சுற்றி திரிந்ததே தவிற, வேறு இடம்நோக்கிச் செல்லவில்லை.

திடீரென தோன்றிய யோசனையில் மூத்தவன் எல்லோரையும் அவர்கள் நிற்கும் இடத்திலேயே அப்படியே உட்காரச் சொன்னான். எல்லோரும் அவன் சொல்படி செய்தார்கள். ஆனாலும் ஆர்வமிகுதியில் அடுத்த ஆணைக்காக மூத்தவனின் முகத்தையே எல்லோரும் பார்த்தபடி இருந்தார்கள். ஒருசில நிமிடங்கள் அந்த இடத்தில் அமைதி நிலவியது.

இந்த சிறு இடைவேளையில் வண்ணத்துப்பூச்சி பழுப்பு நிற பூவில் வந்தமர்ந்தது. பெண் பிள்ளைகள் இருவரும் குசுகுசுவென பேசிக்கொண்டார்கள். அந்த கூட்டத்தில் இரண்டாவது பெரியவனா னவன் அது உட்கார்ந்துவிட்டதாக மூத்தவனிடம் சைகைக்காட்டினான்.

அவன் அப்போதும் பொறுமை காத்தான். வண்ணத்துப்பூச்சி தனது உறிஞ்சுகுழலை மகரந்தத்திற்குள் நுழைத்து, தேனை குடித்து ஆசுவாசம் அடைந்த ஒரு நொடிப்பொழுதில், இப்ப அடிங்க என்ற மூத்தவனின் முகக்குறி அறிவிப்பு முடியும் முன்பே, இரண்டாவது பெரியவன் கழற்றி எறிந்த செருப்பு சரியாக அந்த வண்ணத்துப்பூச்சியின் மீது பட்டு, உறிஞ்சிகுழலின் தேன் தெறிக்க தோட்டத்து சிமெண்ட் நடைப்பாதையில் விழுந்தது. வெற்றிக் களிப்பில் கூக்குரலின் சத்தம் உச்சத்தையடைந்தது. அவனை கட்டித் தழுவிக்கொண்டு அரை உயிரில் கிடந்த வண்ணத்துப்பூச்சியை சுற்றி அனைவரும் நின்றார்கள்.

அவர்களின் முகத்தில் இருந்த அதே மகிழ்ச்சி, வேடிக்கைப் பார்த்துக்கொண்டிருந்த அதை அடித்தவனின் பெற்றோர்களின் முகத்திலும் படர்ந்தது. இவ்வளவு சின்ன வயதில் எந்த நாட்டின் பெயரை சொல்லி அதன் தலைநகரம் எதுவென்றால் சரியாக சொல்வதைப்போல், தலைநகரத்தை சொல்லி நாட்டின் பெயரைக் கேட்டாலும் சரியாக சொல்பவன், எந்த எண்ணையும் எந்த எண்ணுடனும் பெருக்கவோ, கழிக்கவோ, வகுக்கவோ, கூட்டவோ சொன்னால் சரியான பதில் சொல்லும், ஆங்கிலத்தை இலக்கணப் பிழையின்றி பேசும் பெருமைகளுடன், இன்று குறி பார்த்து ஒன்றை அடிக்கும் அவனின் திறமை அவர்களை மேலும் ஆச்சர்யப்பட வைத்தது.

வெளித்தள்ளி, நீண்டு கிடந்த உறிஞ்சுகுழாயின் முனையில் மகரந்தப்பொடி ஒட்டியிருந்தது. தலையை நசுக்கினால் நூறு, உடலை நசுக்கினால் எண்பது, இறகுகளை நசுக்கினால் ஐம்பது என்று மூத்தவன் புதிய பாயிண்ட்களை அறிவித்தான். எல்லோரும் கை தட்டி குதித்தார்கள். சட்டென்று, அடித்த நமக்கே எல்லா பாயிண்ட்களும் வர வேண்டும் என்று நினைத்த மறுநொடி, எடுத்து கையில் வைத்திருந்த செருப்பால் வண்ணத்துப்பூச்சியை மொத்தமாக நசுக்கி, எல்லா பாயிண்ட்களும் எனக்குதான் என கூக்குரலிட்டான். நமக்கு எந்தப் பாயிண்டுகளும் கிடைக்கவில்லையே என மற்றவர்களுக்கு சிறிய வருத்தம் இருந்தாலும், அவர்களுக்குள் மகிழ்ச்சி ஓங்கியிருந்தது. விளையாட்டு முடிந்தது. எல்லாரும் அங்கிருந்து நகர்ந்து சுவற்றை ஒட்டி சிமெண்ட் தரையில் உட்கார்ந்தார்கள்.

அப்போதுதான் வரையப்பட்டு, ஈரம்காயாமல், அது வண்ணத்துப் பூச்சிதான் என எல்லாராலும் கண்டுபிடித்திட முடியாதபடி, அதன் இறகுகளின் வண்ணங்கள் பார்ப்பதற்கு ஒரு நவீன ஓவியத்தைப்போல் தரையில் சிதறி அப்பி இருந்தது.

போட்டியில் வெற்றி வாகைச்சூடியதால், சார்ஜ் போடப்பட்டிருந்த மூத்தவனின் ப்ளே ஸ்டேஷன் கேம் வீட்டிலிருந்து எடுத்து வரப்பட்டு, முதலாவதாக விளையாட வெற்றியாளனின் கையில் கொடுக்கப்பட்டது. எல்லோரும் அவனைச் சுற்றி அமர்ந்தார்கள். அவன் விளையாடத் தொடங்கினான். எல்லோரும் அவன் கூடவே மனதுக்குள் விளையாடினார்கள்.

"ஓடு... ஓடு... ஏய்... மறஞ்சுக்கோ. அவன் தலைய சுடு. உடம்புல சுட்டா சீக்கிரம் சாக மாட்டான். உனக்கு கம்மி பாயிண்ட்தான் கிடைக்கும்" என்றான் மூத்தவன்.

பாயிண்ட்கள் அதிகம் சேர்த்தால், அந்த கேம்மை அதிகப் பணத்திற்கு வேறொருவருக்கு விற்றுவிடலாம் என்று தனது தெருவில் வசிக்கும் ஒரு அண்ணனின் மூலம் மூத்தவன் அறிந்திருந்ததால், தலையில் சுட்டு அதிகப் பாயிண்ட்கள் அடையவே விருப்பப்பட்டான்.

மூத்தவனின் குரலுக்கு ஏற்ப விளையாடுபவனின் உடலிலும், வேடிக்கைப் பார்ப்பவர்களின் உடலிலும் ஒருவித உஷ்ணம் ஏறிக்கொண்டேயிருந்தது.

எதிரே இருப்பவன் தெரிந்தவனா இல்லை தெரியாத யாரோ ஒருவனா என்பதெல்லாம் கணக்கே கிடையாது. ஒரு குறிப்பிட்ட நேரத்திற்குள் ஓரிடத்தில் கிடைக்கும் பொருட்களை தனதாக்கிக் கொள்ளும்போது உனக்கு முன்நிற்பவன் எதிரி. அவனை நீ சுட வேண்டும் அல்லது அடித்துக் கொல்ல வேண்டும். அதுதான் ஒரே விதி.

பரபரப்புடன் "இப்ப எழுந்து சுடுடா!" என தொடர்ந்து பெரியவன் குரல் ஓங்கி ஒலித்தது.

கையறு நிலை

படுக்கலாம்னுதான் கண்ண மூடிப் பார்த்தேன்; தூக்கமே வரல. லேசா குளுருது வேற. அதனாலதான் எழுந்துருச்சி உட்கார்ந்து கால மடக்கிவச்சி, போர்வைய இழுத்து மூடிப் போர்த்திருக்கேன். இப்படியே நாளு பூராவும் உட்கார்ந்து இருக்குறதுனால, கைத்துக் கட்டுலு நாரு அழுந்தி எடுக்குது. அப்பப்போ கொஞ்சம் கொஞ்சம் மாத்தி மாத்திதான் உட்கார்ந்துகிட்டு இருக்கேன். என்ன பண்றது?

தூங்கவிடாம, இந்தக் காட்டுப்பூச்சிகளோட சத்தம் வேற எட்டு தெசைக்கும் கேட்டுக்கிட்டே இருக்கு. உண்மையச் சொல்லணும்னா, அந்தச் சத்தத்துனால தூக்கம் வராம இல்ல மனசுதான் சரியில்ல.

நீங்க கொஞ்சம் அன்னாந்து அந்தக் குண்டு பல்ப பாருங்க. அட என்ன... வச்சக்கண்ணு வாங்காம என்னையே பாக்குறீங்க. உங்களத்தான். கொஞ்சம் அன்னாந்து அந்தக் குண்டு பல்ப பாருங்க. பார்த்தீங்களா. பல்புல அப்படி என்னதான் இருக்குமோ தெரியல. அந்த அந்துப்பூச்சி ரொம்ப நேரமா அதையே சுத்திச் சுத்திப் பறக்குது. உங்களுக்குத் தெரியுதா?

பல்பு வெளிச்சம் அதுக்குக் கண்ணு கூசாதுப்போல. அப்படியே உங்க பின்னாடி திரும்பிப் பாருங்க. எதிர்த்தாப்ல உள்ள புதருக்குள்ள மின்னட்டாம் பூச்சி அங்கொன்னும் இங்கொன்னுமா திரியுது. நானே சில வருசத்துக்கு அப்புறம்தான் இதையெல்லாம் பாக்குறேன்.

எனக்கு நேரா கொல்லப்பக்கம் வாசக்கதவுக்கு கீழ படுத்துருக்காள்ல. அவதான் என் பொண்டாட்டி சோனம். பாவம் அவ. என்ன கட்டிக்கிட்டு ரொம்பதான் கஷ்டப்படுறா. இப்பக் கூட, அவ தூங்குறதா எனக்குத் தெரியல. ஏன்னா, நான் லேசா இருமினாக்கூட என்னன்னு எட்டிப்பார்த்து எதும் வேணுமான்னு கேட்குறா. அவ சரியா தூங்கி, நிம்மதியா இருந்து இன்னையோட இருபத்தி நாலு நாள் ஆகுது.

நான் துபாயில கிளீனரா ஒரு அஞ்சு வருசமா வேல பார்த்தேன். கொரோனா வந்ததும் ஊரடங்குன்னு எங்கயும் போக முடியாம கம்பெனி கேம்ப்லயே இருந்தேன். இன்னைக்கு முடிஞ்சுரும் நாளைக்கு முடிஞ்சுரும்னு இரண்டு மாசம் ஓடிப்போனுச்சி. மூனாவது மாசம் மொத வாரத்துல திடீர்னு ஒருநாளு கம்பெனில பிஸ்னஸ் இல்ல. வர வேண்டிய காண்ட்ராக்ட்டும் கெடைக்கலன்னு சொல்லி, சில பேர வேலையவிட்டு தூக்கிட்டதா சொன்னாங்க. அப்படி அவுங்க சொன்னதுல நானும் ஒருத்தன்.

இப்படி திடீர்னு ஊருக்குப் போகச் சொல்றாங்களே. அங்கப்போயி என்ன பண்றதுன்னு மனசுக்குள்ள பெரிய குழப்பமாயிடிச்சி. பார்ட் டைம் வேல பார்த்துச் சேர்த்து வச்ச காசு, வரப்போற சர்விஸ் காசுன்னு மொத்தமா பார்த்தாக்கூட ரெண்டு லட்சம்தான் இருக்கும். இப்ப உள்ள நெலமையில வேற என்ன பண்றது. சரி பார்த்துக்களாம்னு மனச தேத்திக்கிட்டு, ஊருக்குப் போலாம்னு பார்த்தா பிளைட்டு போக்குவரத்தும் இல்ல.

ஒவ்வொரு நாடும் வெளிநாட்டுல வேல செய்யுற தங்களோட நாட்ட சேர்ந்தவங்கள கூட்டிட்டு வர பிளைட்டு விட்ட மாதிரி, இந்தியா சார்புல ‘வந்தே பாரத்’ மூலமா பிளைட்டு விட்டாங்க. அப்படி துபாய்க்கு ரெண்டு தடவ வந்த பிளைட்டுலையும் முக்கியமான ஆளுங்க மட்டும்தான் போனாங்களாம். எங்கள மாதிரியான ஆளுங்கள அடுத்தடுத்துதான் அழச்சிட்டுப் போவாங்கன்னும், அப்படி போறதுக்கு முன்பதிவு செஞ்சு ஒரு மாசத்துல இருந்து மூனு மாசம் வரைக்கும் காத்திருக்கணும்னு ரூம்ல இருந்த நண்பர்கள் சொல்லிக் கேள்விப்பட்டேன். அதுலயும் கேரளாவுக்குத்தான் அதிக பிளைட்டு போனிச்சாம். டிக்கெட் வெலையும் அதிகம்னு சொன்னாங்க.

நல்லவேளையா அந்தச் சமயத்துலதான் இந்தியாவுக்கு சார்டர் பிளைட்டு போகப்போறதா அறிவிச்சாங்க. ஆனா அதுலயும் டிக்கெட் விலை அதிகம்தான். கையில சேர்த்துவச்சிருந்த பணம் இருந்ததால, நான் போனாபோகுதுன்னு பணத்தப் பார்க்காம முன்பதிவு செஞ்சு அதுல கிளம்பிட்டேன்.

என் கூட தங்கியிருந்த நண்பர் ஒருத்தரு மதராஸி. பாவம் அவரு. அவங்க ஸ்டேட்டுக்கு ‘வந்தே பாரத்’ பிளைட்டு இதுவரைக்கும் ஒரு தடவதான் வந்திருக்கு. இனிமே எப்ப மறுபடி அறிவிக்கப் போறானுங்கன்னு தெரியல. அதுலையும் முக்கியமானவங்கதான்

60 | தீர்மானம்

கூட்டிட்டுப் போவானுங்க. ‘வந்தே பாரத்’லையும் சரி, சார்டர் பிளைட்டுலையும் சரி டிக்கெட் வெல அதிகம். கைல வேற பணம் இல்ல. என்ன மாதிரியான ஆளுங்கள என்ன செய்யப்போறாங்களோ தெரியலன்னு புலம்பிக்கிட்டு இன்னும் ரூம்லதான் இருக்காரு.

நான் வரும்போது கொரோனா தொற்று அறிகுறி எதாவது இருக்கான்னு உடம்பு சூடு, சளி, இருமல், ஜொரம்னு எல்லா சோதனையும் செஞ்சுப் பார்த்துதான் எங்கள ஏர்ப்போட்ல அனுமதிச்சாங்க. இங்க வந்து எறங்குனதும், அதேபோல சோதன செஞ்சுப்பார்த்துட்டு, வந்த எல்லாரையும் ஏழு நாளு தனியா இருக்கணும்னு சொல்லிட்டாங்க.

அப்படி ஏழு நாளு தங்குறதுக்கு கட்டணம் செலுத்தி வசதியா இருக்க விருப்பம் உள்ளவங்கள ஹோட்டல்லையும், அப்படி பணம் கட்டி தங்க முடியாதவங்கள அரசு சார்புல ஒரு காலேஜ்லயும் தங்க வச்சாங்க. நான் அந்த மாதிரியான ஒரு கல்லூரியிலதான் தங்கியிருந்தேன். ஏழு நாளு கழிச்சி கொரோனா அறிகுறி ஒன்னும் இல்லங்குறவங்கள மட்டும் அவங்கவங்க சொந்த ஊருக்கு அனுப்புனாங்க. ஊருக்குப் போனாலும் எல்லாரையும் கண்டிப்பா ரெண்டு வாரம் தனியா இருக்கச் சொன்னாங்க.

சரின்னு நான் என் சொந்த ஊரான கெவாடியாவுக்கு வந்தேன். ஆமா வெறுமனே கெவாடியான்னா உங்களுக்கு எங்க தெரியப்போவுது. ம்... உங்களுக்கு புரியிற மாதிரி சொல்லணும்னா, குஜராத்துல, நர்மதா ஆத்துக்கரையில, நூத்தியெம்பத்தி ரெண்டு மீட்டர் ஒயரத்துல, பட்டேல் செல ஒண்ணு பெருசா செஞ்சி வச்சிருக்காங்கள்ல அந்த ஊர்தான்.

என்னோட பூர்விகம் எதுன்னு கேட்டிங்கன்னா, இப்ப செல வச்ச எடத்துக்குப் பக்கத்துல இருக்க நவகம்தான். செல நிக்கிற பூங்கா இருக்கு பாருங்க, அங்கதான் எங்களோட சொந்த நெலம் இருந்துச்சி, அத ஒட்டி நடந்துபோனா எங்க வீடு, சொந்த பந்தங்களோட வீடு, நெலம்னு எல்லாமும் இருந்துச்சி. இந்த செல வக்கிறதுக்காக சுத்தி இருந்த ஆறு பழங்குடி கிராமத்து நெலங்கள கையகப்படுத்த 2013 ல நோட்டிஸ் அனுப்பினாங்க. நாங்க முடியாதுன்னு தொடர்ந்து எவ்வளவோ போராட்டம் எல்லாம் பண்ணிப் பார்த்தோம். ஒன்னும் நடக்கல.

இன்ன வரைக்கும் பழங்குடிங்களான எங்களுக்கு ஒழுங்கான பள்ளிக் கூடம், ஆஸ்பத்திரி, சுத்தமான குடிநீரு, போக்குவரத்துக்கான

சாலைகள்னு எந்த வசதிகளும் கிடைக்கல. ஆனா அரசு, பழங்குடிகள் நலனுக்குன்னு நிதி ஒதுக்கும்போதெல்லாம் கணக்குக் காட்ட பேருக்கு சின்னச் சின்ன விசயங்கள செஞ்சிட்டு, அதிகாரிங்க தங்களோட தகுதிக்குத் தகுந்தபடி பணம் எல்லாத்தையும் பிரிச்சி எடுத்துக்கிட்டு, எங்களுக்கு எந்த வசதியும் செஞ்சுக் கொடுக்காமவிட்டுறாங்க. அதுக்கு அரசாங்கமும் உடந்தங்கிறதால எதையும் கவனிச்சி நடவெடிக்க எடுக்க மாட்டேங்குது. என்னத்த சொல்றது!

உண்மையச் சொல்லணும்னா பழங்குடி மக்கள பழங்குடி மக்களாகவே வச்சிக்கிறததுதான் இவங்களோட அரசியல்ங்கிறதே. இந்த வெவரமெல்லாம் அப்ப நடந்த போராட்டங்கள்ல கலந்துக் கிட்டதுக்கு அப்புறம்தான் எனக்குப் புரிய ஆரம்பிச்சது. அதுக்கு முன்னாடி வரைக்கும் காட்டு வேல, அது இதுன்னு வெவரம் தெரியாமலேயே விளையாட்டுத்தனமா சுத்திக்கிட்டு இருந்தேன். இன்னும் சொல்லப்போனா, அந்தப் போராட்டம் நடக்குறதுக்கு ஒரு மாசம் முன்னாடிதான் எனக்குக் கல்யாணமே நடந்துச்சி.

தொடர்ந்து அரசாங்கம் எங்கள அடிச்சி மெரட்டி, ஒருவழியா அவங்க நெனச்ச மாதிரி அங்கிருந்த ஆறு கிராமத்து மக்களையும் வேற வேற எடத்துக்கு இடம்பெயர வச்சிட்டாங்க. எங்க வீடு நெலம் எல்லாத்தையும் விட்டுட்டு நாங்க குடும்பத்தோடு கெவாடியாவுக்குப் போனோம். சொந்த காடுகரையிலேயே வேல செஞ்ச எனக்கு, புது எடத்துல வருமானம் இல்லாம போக, 2014 கடைசியில ஒரு சொந்தகாரர் மூலமா துபாயில ஒரு கம்பெனிக்கு கிளீனர் வேலைக்கு போயி சேர்ந்தேன். அப்போ என் மனைவி மூனு மாசம் முழுகாம இருந்தா.

அதுக்குப் பிறகு செல திறந்த 2018, அக்டோபர் 31ஆம் தேதி புதன் கிழம அன்னைக்கு, சுத்தி உள்ள கெவாடியா, நவகம், லிம்டி, வகாடியா, கோதி, கோரா போன்ற பாதிக்கப்பட்ட பழங்குடி கிராமங்களோட சேர்ந்து, சுமார் 73 கிராமங்கள சேர்ந்த குடும்பங்கள்ல யாரு வீட்டுலேயும் சோறு பொங்காம, எல்லாரும் உண்ணா விரதம் போராட்டம் நடத்தினாங்கன்னு என் பொண்டாட்டி போன்ல சொன்னிச்சி. பாத்திங்களா ஊரு பேர எடுத்தாலே, இப்படித்தான் என்ன அறியாம பழசயெல்லாம் சொல்லிப் புலம்ப ஆரம்பிச்சிடுவேன்.

நான் வேல செஞ்ச கம்பெனில ரெண்டு வருசத்துக்கு ஒரு தடவதான் லீவு. அதனால அங்கிருந்த இந்த ஐஞ்சு வருசத்துல, நான்

ஒரு தடவதான் லீவுக்கு ஊருக்கு வந்திருந்தேன். இந்த வருசம் லீவுக்கு வர்ற நேரத்துலதான் வேல இல்லாம போயிடிச்சி.

வீட்டுக்கு வந்ததும் என் மக சம்தா ‘அப்பா’ன்னு ஓடி வந்தா. அவளத் தூக்கி கொஞ்சக்கூட முடியாம. வீட்டுக்கு கொல்லப்புறமா நாலு பக்கமும் ஓலையில தட்டி அடச்சி சின்ன ரூமு மாதிரி செஞ்சி அதுலதான் தனியா தங்கி இருக்கேன். நீங்கதான் பாக்குறீங்களே, எப்படி இருக்கேன்னு.

நான் வந்ததும் என் தங்கச்சியோட மாமியார் வீட்டுலேர்ந்து வந்து பார்த்தாங்க. மாப்ள மட்டும் வரல. அவருக்கும் இந்த கொரோனானால வேல போயிடிச்சாம். அரசு அறிவிச்ச ஊரடங்குனால போக்குவரத்தும் இல்லாம போயி, டெல்லில வேல பார்த்துக்கிட்டு இருந்தவரு, அங்கிருந்து கெவாடியாவுக்கு ஆயிரம் கிலோமீட்டருக்கு மேல நடந்தே வந்தாராம்.

‘அப்படி நடந்து வந்ததுல... பாவம், பாதம் எல்லாம் செதில் செதிலா வெடிச்சிப்போயி, காலு நரம்பு தொடை நரம்பு எல்லாம் சுண்டி இழுத்து, நடக்க முடியாம ஒரு மாசம்கிட்ட வீட்டுக்குள்ளேயே கிடக்குறாங்க. நாட்டு மருந்து கொடுத்து இப்ப பரவாயில்ல. ஆனா இன்னும் முழுசா சரியாகல. அதனாலதான் அவர கூட்டிட்டு வர முடியல’ன்னு சொல்லி என் தங்கச்சி வருத்தப்பட்டுச்சி. ‘பரவாயில்ல, அவர உடம்ப கவனிச்சிக்கச் சொல்லு. ரெண்டு வாரம் ஆனதும் நானே வந்து பாக்குறேன்’னு சமாதானம் சொல்லி அனுப்புனேன்.

என் மகளுக்கு ஒன்னும் புரியல. ஏன் அப்பாவ கொல்லையில தங்க வச்சிருக்கீங்க? ஏன் என்ன அப்பாக்கிட்ட போகவிடமாட்டுறீங்கன்னு? என் பொண்டாட்டிக்கிட்டயும், என் அப்பா, அம்மாக்கிட்டயும் அடிக்கடி கேட்பா. என்ன வீட்டுக்குள்ள வாங்கப்பான்னு கூப்பிட்டுக்கிட்டே இருந்தா. சில நேரம் நான் அவள தூக்கலன்னு கோவிச்சிக்கிருவா.

அவ பொறக்கும்போதும் நான் இங்க இல்ல. வளரும்போதும் அவ கூட இருக்க முடியல. எடையில ஒரு தடவ ஊருக்கு வந்தப்பதான் அவள தொட்டுத் தூக்கியிருக்கேன். துபாயில இருக்கும்போது தெனமும் போன்ல வீடியோ கால்லதான் அவள பார்த்திருக்கேன் பேசிருக்கேன். இன்னைக்கு நேருல நிக்குறா. என்னால அவள தொட்டுக் கூடப் பார்க்க முடியல.

நான் வந்ததுலேர்ந்து, என் பக்கத்துல வரணும்னு சொல்லி ஒவ்வொரு தடவையும் அவ அழுது அடம்பிடிக்கும்போது, அடுத்தடுத்த

வாரத்துல அப்பா உன்ன வெளில கூட்டிட்டு போறேன்னு, தூரத்துல இருந்தே அவள சமாதானப்படுத்துனேன்.

என் மக வாயவிட்டுச் சொல்லி அழுகுறா; கோபப்படுறா! என் பொண்டாட்டி நெலமைய என்ன சொல்றது. வாயத் தொறந்து ஒரு வார்த்தக்கூட சொல்ல முடியாம மனசுக்குள்ளயே புழுங்கிக்கிட்டு இருக்கா.

வந்த முதல் வாரத்துல ஒன்னும் ஆகல. அதுக்கு அடுத்த வாரம் லேசா உடம்பு கொதிச்சி தொண்ட வரண்டு இருமல் வர ஆரம்பிச்சது. தொண்ட வலி வேற. உடம்பும் சோர்வாவே இருந்துச்சி. மனசுக்குள்ள அதான் சோதனையெல்லாம் பண்ணி ஒன்னும் இல்லன்னுதான சொன்னாங்க. திடீர்னு தண்ணி மாத்தி குடிச்சது. அப்புறம் வந்ததுலேர்ந்து ரெண்டு வாரமா வெளிலேயே தங்கி இருக்கோம். அதனால இப்படி இருக்கும்னுதான் நெனச்சிக்கிட்டேன். ஆனாலும் கொழந்த இருக்கான்னு நாங்க எல்லாரும் கவனமா இருந்தோம். சாப்பாடுகூட தட்டுல போட்டு தூரத்துல வச்சிட்டுப் போயிருவாங்க. அதுக்கு அப்புறம்தான் நான் எடுத்து வந்து சாப்பிடுவேன்.

அடுத்தடுத்த நாள்ல கொஞ்சம் முடியாமப் போச்சு. எதுக்கும் ஆஸ்பத்திரிக்குப் போயி சோதன செஞ்சுப் பார்க்கலாம்னு கிளம்பும்போது, என் மக எங்க வீட்டு ஆட்டு முதுகுல சாஞ்சி விளையாடிக்கிட்டு நின்னா. அப்பப் பார்த்து அந்த ஆடு லேசா நகர்ந்ததும், அவ கீழே விழுந்துட்டா. புள்ளைக்கு நல்லா அடிபட்ருச்சி. நான் ஒரு நிமிசம் பதறி அவள தூக்கப்போயிட்டேன். அப்புறம் சுதாரிச்சி என் பொண்டாட்டிய கூப்புட்டு சத்தம் போட்டேன்.

அவ வர்றதுக்குள்ள அழுதுக்கிட்டே எழுந்த என் மக பயந்து அப்பா அப்பான்னு சொல்லியபடி, கைய விரிச்சிக்கிட்டு தூக்கச் சொல்லி என்னப் பார்த்து ஓடி வந்தா. எனக்கு என்ன பண்றதுன்னே தெரியல. அவ என்ன நெருங்க நெருங்க நான் பின்னாடியே நகர்ந்து நகர்ந்து போனேன். எனக்கும் அழுக வந்துடுச்சி. நல்லவேளையா என் பொண்டாட்டி டக்குன்னு வந்து அவள தூக்கிட்டா. அந்த நேரத்துலதான் எனக்குக் கொரோனா வந்துட்டா என்ன பண்றது. வீட்டுல நம்ம இல்லாம என்னப் பண்ணுவாங்கன்னு நெனச்சி ரொம்ப வருத்தப்பட்டேன்; பயப்பட்டேன்.

நாங்க அரசு ஆரம்ப சுகாதார மையத்துக்குப் போயி கொரோனா சோதன செய்ய வந்திருக்கோம்னு சொன்னோம். உடனே அவுங்க என்

உடம்பு சூட பரிசோதிச்சாங்க. சூடு அதிகமா இருந்ததும், தொற்று இருக்க வாய்ப்பு இருக்குன்னு சொல்லி என்ன தனியறையில தங்க வச்சிட்டு, எனக்கு கொரோனா சோதன செய்யணும்னு சொன்னாங்க. ஆனா நாலு நாள் ஆகியும் எந்த சோதனையும் செய்யல. வெறும் ஆரஞ்சு பழம், சத்து மாத்திர மட்டும் கொடுத்தாங்க.

இந்த தர்மாஸ்பத்திரியே இப்படித்தான் மேம்போக்கா இருப்பாங்க. 'என் மகன் வெளிநாட்டுக்குப் போயி கஷ்டப்பட்டான். இப்ப இங்க வந்தும் பாழாப்போன நோயினால அவதிப்படுறான். என் புள்ளைய காப்பாத்து கடவுளே!'ன்னு என் அம்மா புலம்ப ஆரம்பிச்சிட்டாங்க.

அவங்கதான் பயந்துபோய், அப்பாகிட்ட 'என் புள்ள கஷ்டப்பட்டது போதும். அவன நம்பி பொண்டாட்டி புள்ள இருக்கு. அவன தனியார்ல காட்டலாம்'னு சொல்லி கெவாடியாவுல உள்ள ஒரு தனியார் ஆஸ்பத்திரிக்குக் கூட்டிட்டுப் போயிட்டாங்க.

அங்க போனதும் அவங்களும் அதேபோல உடம்பு சூட பார்த்துட்டு உங்களுக்குக் கொரோனா தொற்று இருக்க வாய்ப்பு இருக்குன்னு ரெத்தமும், தொண்டையில காது கொடையிற பட்ஸ் மாதிரி நீட்டான ஒரு குச்சவிட்டு எடுத்து சோதனைக்கு அனுப்பி வச்சாங்க. ஒருமணி நேரம் கழிச்சி வந்து 'டெஸ்ட் ரிசல்ட் வர மூனு நாளு ஆகும். அதனால நீங்க தங்கி பாத்துகிறதுதான் நல்லது. நீங்கபாட்டுக்கு சாதாரணமா விட்டுட்டீங்கன்னா உங்ககிட்ட இருந்து வீட்டுல உள்ள மத்தவங்களுக்கும் பரவிடும்'னு சொல்லி பயமுறுத்தி பத்து பதினஞ்சு நாளு தங்கி இருந்து பாத்துக்கச் சொல்லிட்டாங்க.

நாங்களும் பயத்துல அவங்க சொன்னதுக்கு சம்மதிச்சோம். மூனுநாள் கழிச்சி 'உங்களுக்கு கொரோனா பாஸிட்டிவ்'னு சொல்லிட்டாங்க. என்னையும் கொரொனா ஆளுங்க தங்கி இருந்த தனி அறைக்கு மாத்திட்டாங்க. எங்க வீட்டுல எல்லாரும் அழுது பொலம்ப. ஒருவழியா அவங்கள சமாதானப்படுத்தி அனுப்பி வச்சேன். ஆனா என் பொண்டாட்டியும் அம்மாவும் வீட்டுக்குப் போகாம ஆஸ்பத்திரி வாசல்ல உள்ள பூங்கா மாதிரி உள்ள எடத்துலதான் இருந்தாங்க. அப்பா மட்டும் வீட்டுக்குப் போறதும் வர்றதுமா இருந்தாங்க. என் குடும்ப ஆளுங்க மட்டும் இல்ல. அவங்களபோல சில பேர் அங்கதான் தங்கிருந்தாங்க.

இங்க என்ன ஒரு விசயம்னா, குறிப்பிட்ட நேரத்துக்கு ஆரஞ்சு அன்னாசிப் பழச்சாறு, முட்டை, குடிக்க சுடுதண்ணின்னு கொடுத்தாங்க.

காலையில வெயில்ல நடக்கச் சொன்னாங்க. அப்பப்போ சத்து மாத்திரையும் கொடுத்தாங்க.

சரியா ஒரு வாரத்துல கையில இருந்த ரெண்டு லட்சமும் காலி. அதுக்கு அடுத்த ரெண்டு நாளைக்கு நகைய அடகு வச்சியும், தெரிஞ்சவங்ககிட்ட கடன வாங்கியும் பணத்தக்கட்டிப் பார்த்தோம். ஒரு கட்டத்துக்கு மேல பணம் புரட்ட முடியல. வேற வழியில்லன்னு என்னப் பார்க்க வந்த டாக்டர்கிட்ட நான் அரசாங்க ஆஸ்பத்திரிக்கு மாறிக்கிறேன்னு சொன்னேன். இப்ப எங்கப் பார்த்தாலும் கொரோனா பரவல் மோசமா இருக்கு. அதனால நீங்க நெனச்ச மாதிரி டக்குன்னு எங்கயும் மாற முடியாதுன்னு உறுதியா சொல்லிட்டாரு.

அவருகிட்ட கையில சுத்தமா காசு இல்லங்குற விசயத்த சொன்னேன். செத்த நேரம் ஏதோ யோசிச்ச மாதிரி நின்னவரு, அவராவே இன்சூரன்ஸ் கார்டுலேயும் கவர் பண்ண முடியாதுன்னு தனக்குத்தானே சொல்லிக்கிட்டு, சரி நான் மேல் இடத்துல பேசிட்டு சொல்றேன்னு போயிட்டு, அரை மணி நேரத்துல ஒரு நர்சுகிட்ட 'நீங்க டிஸ்சார்ஜ் ஆகலாம்'னு சொல்லி அனுப்பினாரு.

சரின்னு அங்கிருந்து அரசு ஆஸ்பத்திரிக்கு வந்தோம். 'இந்த சின்ன ஹாஸ்பிட்டல்ல எங்கங்க இடம் இருக்கு? சுத்தி உள்ள எல்லா கவர்மென்ட் ஹாஸ்பிட்டல்லையும் நோயாளிங்கள படுக்க வைக்க போதிய பெட் வசதி இல்லாம ஏற்கெனவே சிரமமா இருக்கு. இதுல இன்னும் வர ஆளுங்கள நாங்க எங்க தங்க வக்கிறது? நீங்க அரசாங்கம் ஒதுக்கியிருக்க கல்லூரிக்கு அழைச்சிட்டுப் போயிருங்'கன்னு பெரிய டாக்டர் ரெண்டுபேரு என்னப்போல புது நோயாளிகள சேர்க்க வந்த சில பேருக்கிட்ட சொல்லிக்கிட்டு இருந்தாங்க.

அதுக்கு வந்தவங்க 'அங்க போனா நர்சுங்க மட்டும்தான் கவனிச்சிக்கிறாங்க. டாக்டர் யாரும் வர மாட்டேங்குறாங்க. நீங்கதான் கொஞ்சம் மனசு வைக்கணும்'னு கெஞ்சிக்கிட்டு இருந்தாங்க. டாக்டர் தொடர்ந்து வந்தவங்ககிட்ட எதேதோ சமாதானம் சொல்லி அங்க அழைச்சிட்டுப் போகச் சொன்னாங்க.

டாக்டர்ங்க சொல்றதும் நிஜம்தான். பக்கத்து பக்கத்து ஊர்கள்ல இருக்க எல்லா அரசாங்க ஆஸ்பத்திரிங்களும் சின்னதுதான். அங்க எங்க போனாலும் இதே நெலமதான்.

நல்லா யோசிச்சிப் பார்த்தேன். கொரோனாவுக்கு மருந்து இல்லங்குறதுனால தனியார் அரசுன்னு எல்லா எடத்துலையும்

ஒரே மாதிரியாதான் மருத்துவம் பாக்குறாங்க. அதனால நானே ஒரு முடிவுக்கு வந்து, 'இப்போதைக்கு நான் நம்ம வீட்டுக் கொல்லையிலேயே இருக்கேன். பார்த்துக்கலாம்'னு என் மனைவி, அம்மா, அப்பாகிட்டேயும் எடுத்துச் சொன்னேன். வேற வழி இல்லன்னு அவங்களும் சரின்னு சொன்னாங்க.

வர்றப்ப அங்க இருந்த டாக்டர் என் பொண்டாட்டிகிட்ட அடிக்கடி வந்து 'உங்க கணவர பரிசோதிக்க ஒரு நர்ஸ் வருவாங்க. ஒருவேள அவருக்கு எதுவும் ஆச்சின்னா எங்களுக்குத் தெரியப்படுத்துங்க'ன்னு சொன்னதும், அவ ஒப்பாரி வச்சி அழுதுட்டா.

துபாயிலிருந்து ஊருக்கு வந்த அன்னைக்கு, வழியெல்லாம் பெரிய பெரிய ஹோட்டலு, நிறைய தனியார் ஆஸ்பத்திரிங்க, நீண்ட தார்ச்சாலைகள்னு எங்க கிராமங்கள் இருந்த பகுதியெல்லாம் தலைகீழா மாறி, ஊரு வளர்ச்சி அடஞ்சிருந்தத பார்த்து ஆச்சர்யப்பட்டு, மனசுக்குள்ள சரி அரசாங்கம் செல வக்கிறதுக்காக நம்மக்கிட்ட இருந்து எடத்தையெல்லாம் பறிச்சிக்கிட்டாலும், ஊருக்கு நல்லதுதான் பண்ணிருக்குன்னு நெனச்சி சந்தோஷப்பட்டேன்.

அந்த வளர்ச்சியோட பலனெல்லாம் காசு இருக்குறவனுக்குதான். எங்கள மாதிரி ஒன்னுமில்லாதவனுக்கு இல்லங்குற உண்மைய அப்பதான் புரிஞ்சிக்கிட்டேன்.

ஊர வளர்ச்சிப்படுத்துறேன். சுற்றுலா தளமாக்குறேன்னு அரசாங்கம் மூவாயிரம் கோடிக்கு எங்க ஊருல செல வச்சிச்சி. ஆனா எங்களுக்கு எது முக்கியமா தேவையோ அத கடைசி வரைக்கும் செய்யவே இல்ல. அந்த டாக்டர் அப்படி சொன்னதுல, எங்க ஊரு இன்னும் பின்தங்கிதான் இருக்குன்னு நான் சொல்லித்தான் உங்களுக்கு தெரியணும்னு தேவையில்ல.

சொல்லப்போனா எங்க ஊருல நாங்களே வாழ முடியாத அளவு எல்லாத்தையும் தனியார்கிட்ட கொடுத்து, எல்லா விசயத்துலயும் வெலவாசிய ஏத்தி உட்டு, சொந்த ஊரா இருந்தாலும் காசு உள்ளவன்தான் வாழ முடியும்னு ஆக்கி வச்சிட்டானுங்க.

அத நெனக்க நெனக்க கோவம்தான் வருது. என்ன பண்றது. அப்புறம் வேற வழியில்லாம அங்கிருந்து வீட்டுக்கு வந்தோம். என் மனைவியும் அம்மாவும் அழுதுக்கிட்டேதான் இருக்காங்க.

அந்த டாக்டர் சொன்ன மாதிரியே இந்த ஒரு வாரமா தொடர்ந்து ஒரு நரசு அடிக்கடி வீட்டுக்கு வந்து பாத்துகிறாங்க. எனக்கும் கொஞ்சம் சரியான மாதிரிதான் தோணுது. ஆனாலும் இருமல் குறையல.

முந்தானாலு கூட அந்த நர்சு, காது கொடையிற குச்சி மாதிரி ஒன்னு நீளமா இருந்துச்சின்னு சொன்னேன்ல. அத என் மூக்குலவிட்டு எடுத்து, ஒரு பிளாஸ்டிக் டப்பாக்குள்ள போட்டு மூடிட்டு, அதேபோல வாயத் தொறக்கச் சொல்லி தொண்டக்குள்ள இன்னொரு குச்ச விட்டு எடுத்துக்கிட்டு, ரெண்டு நாளு கழிச்சி டெஸ்ட் ரிசல்ட் வரும்னு சொல்லிட்டுப் போனாங்க.

பாருங்க உங்ககிட்ட பேசிக்கிட்டே பொழுதும் விடிஞ்சுருச்சி. இன்னைக்கு நர்சு வர்ற நாளு. சோதன முடிவுல எனக்கு நோய் இல்லன்னு வந்துடணும்னு, என் பொண்டாட்டியும் அம்மாவும் காலைல கோயிலுக்குப் போயி வேண்டிட்டு வந்தாங்க. வீட்டுல வேற எந்த வேலையும் செய்யல. ரெண்டு பேரும் தெரு வாசலயே பார்த்துக்கிட்டு நிக்கிறாங்க.

எனக்கு என் மகள நெனச்சித்தான் கவலையா இருக்கு. ஒருவேள அவளத் தொட்டுத் தூக்க முடியாம போயிருவேனோன்னு நெனச்சா எனக்குத் தூக்கமே வரமாட்டேங்குது. அந்த நெனப்புதான் மனசுக்குள்ள காட்டுப்பூச்சி கத்துற மாதிரி சத்தம் போட்டுக்கிட்டே இருக்கு.

அங்க பாருங்க... தூரத்துல நர்சு வர்ற மாதிரி இருக்கு. ஆமா, நர்சேதான்!

ஆம்பள பையன்தான?

“............”

“இல்ல பையன்தான். செகண்ட் ஸ்டாண்டர்டு படிக்கிறான்.”

“அட ஆம்பள பையன்தான விட்டுட்டு வாங்க.”

சின்ன தயக்கத்துக்குப் பிறகு, அவர் சொல்வது சரிதானே... ஆம்பள பையன்தானே... என்று தோன்றியது.

“ம்... சரி ரெண்டுபேரும் வந்துடுறோம்” என அலைபேசியை வைத்தான் சரவணன்.

பிரகாஷ் சிப்ஸ் சாப்பிட்டுக்கொண்டு தொலைக்காட்சியில் பவர் ரேன்ஜர் பார்த்துக்கொண்டிருந்தான்.

எந்த நிற சுடிதாரை அணியலாம் என்ற யோசனையில் அலமாரியில் ஒவ்வொன்றாக எடுத்துப் பார்ப்பதும் பிறகு இது வேணா என்று வைப்பதுமாக குழப்பத்தில் இருந்தாள் ரேவதி.

“குழந்தைகள அழச்சிட்டு வர வேணாம்னு சொல்றாரு” என்றவாறு அறைக்குள் நுழைந்தான் சரவணன்.

வயலட் நிறத்தில் ஒரு சுடிதாரை எடுத்து தோளில்போட்டு, போகும் இடத்துக்கு அது சரியா இருக்குமா என்று அலமாரி கதவில் உள்ள கண்ணாடியில் நின்று வலதுபக்கம் இடதுபக்கம் என திரும்பித் திரும்பிப் பார்த்தவாறு, “ஏன்னா? பர்த்டே பார்ட்டிதான... அதுக்கு ஏன் பசங்கள கூட்டிட்டு வர வேணாங்குறாங்க?” என்றாள்.

“கிளைன்ட் எல்லாம் வருவாங்கபோல அதான்.”

“இந்த கலர் ஓகேயா?”

“ம்... நல்லாதான இருக்கு.”

“அப்ப நல்லா இல்லையா?”

“ஏ... நல்லா இருக்குன்னுதான சொன்னேன்.”

“அப்படியா சொன்ன... நல்லாதான இருக்குன்னு இழுக்குற!”

பின்னாடி அவளை அணைத்து, “ஓனக்கு எது போட்டாலும் செம்மயாதான் இருக்கும்” என்றான்.

“ம்கூம்... இதுக்கு ஒன்னும் கொறச்சல் இல்ல விடுங்க” அவன் விடவில்லை.

“சரி பையன எப்படிப்பா விட்டுட்டுப் போறது?”

“அதான் நானும் அவருகிட்ட சொன்னேன். ஆம்பள பையன்தான விட்டுட்டு வாங்க. விளையாடிக்கிட்டு இருப்பான். பார்ட்டி சரியா ஆறு மணிக்கு ஸ்டார்ட் ஆகி எட்டு மணிக்கொல்லாம் முடிஞ்சுரும்னு சொல்றாரு.”

“ம்... சரி பக்கத்து வீட்டுல கொஞ்சம் பாத்துக்கச் சொல்லிட்டுப் போலாம். வரலன்னா அப்பறம் இத காரணமா வச்சி நாளைக்கே எதாவது பண்ணுவான் அவன்.”

“ஆமா. அதான் சரி வர்றேன்னு சொல்லிட்டேன்” என்று அவர்கள் பேசிக்கொண்டிருக்கும்போது பிரகாஷ் அறைக்குள் வந்தான்.

உடனே ரேவதி “விடுங்க, பையன் வந்துட்டான்” என அவனின் அணைப்பிலிருந்து விலகினாள்.

“அவனுக்கு என்ன தெரியப்போகுது” என விலகியவளைப் பிடித்து இழுத்து மீண்டும் அணைத்துக்கொண்டான்.

பிரகாஷ் எதையோ தேடினான். “என்ன தம்பி வேணும்?” என்றான் சரவணன்.

“பவர் ரேஞ்ஜர் நின்ஜா எங்கப்பா?” என்று சரவணனைப் பார்த்தான். அவன் பின்புறமாக ரேவதியைக் கட்டிப்பிடித்தபடி நின்றான்.

“ஹால்ல போயி பாரு. அங்கதான் கெடக்கும்” என்றான்.

ஆனால், அது அலமாரிக்குக் கீழே கிடந்தது. அதை பிரகாஷ் பார்த்துவிட்டான். “அதோ கெடக்குப்பா” என்று ஓடி வந்தவன், குறுக்கே நின்ற இருவரையும் தள்ளிக்கொண்டு எடுத்து வெளியே ஓடினான்.

“சரி... சரி... போயி ரெடியாகுங்க. லேட் ஆகுது” என்றதும் அவளை விட்டுச் சென்று வேக வேகமாக பேருக்குக் குளித்துவிட்டு துண்டைக் கட்டிக்கொண்டு கூடத்தில் நின்று துணி மாட்டியபடி “பிரகாஷ்... அப்பாவும் அம்மாவும் ஆபிஸ் வரைக்கும் போயிட்டு வர்றோம். நீ விளையாடிக்கிட்டு இருக்கியா?” என்றான்.

“நானும் வர்றேன்ப்பா” என சிணுங்கினான்.

“போயிட்டு ஒடனே வந்துடுவோம். வந்து நம்ம வெளில போலாம் சரியா?”

ஷோபாவிலிருந்து எழுந்து ஓடிச் சென்று ரேவதியிடம் “நானும் வர்றேன்ம்மா…” என்றான்.

அவனுக்கு முத்தம் கொடுத்து, “எங்கயும் போல. ஆபிஸ் வரைக்கும்தான் போயிட்டு வந்துடுறோம். நீ டிவி பாரு. இல்லன்னா பக்கத்து வீட்டு ஆன்ட்டி வீட்டுல நிரஞ்சனி கூட விளையாடிக்கிட்டு இரு. அம்மா அவங்ககிட்ட சொல்லிட்டுப் போறேன். அப்பா சொன்ன மாதிரி வந்ததும் ஒன்னைய வெளிய அழைச்சிட்டுப்போறோம். சரியா” என்று மீண்டும் ஒரு முத்தம் வைத்தாள்.

இரண்டு சிப்ஸ் பாக்கெட்டையும், ஒரு சாக்லெட்டையும் அவன் கையில் கொடுத்துவிட்டு, பத்து பதினைந்து நிமிடங்களில் இருவரும் வீட்டைவிட்டு வெளியே வந்தார்கள்.

ரேவதி பக்கத்து வீட்டுப் பெண்ணிடம் வரும்வரை பார்த்துக்கச் சொல்ல வேண்டி பார்த்தாள். அவர்கள் யாரும் இல்லை. கதவு மூடப்பட்டிருந்தது. என்ன செய்வது என்று தெரியாமல் நின்று கொண்டிருக்கும் சமயத்தில், எதிரே வேலை முடித்து ரவி வந்தார். ரவிக்கு நாற்பத்தி ஏழு வயது இருக்கும். இரண்டு வீடுகள் தள்ளிதான் அவரின் வீடு.

அக்கம் பக்கம் உள்ள அனைவரிடமும் நல்ல முறையில் பழகக்கூடியவர். அவரைப் பார்த்தும் சரவணனுக்கும் ரேவதிக்கும் நிம்மதி வந்தது.

இரு சக்கர வாகனத்தில் வந்தவரை நிறுத்தி “அக்கா ஊர்ல இருந்து வந்துட்டாங்களாண்ணா” என்றாள் ரேவதி.

“இல்ல. ஏன் எதும் விசயமா?”

“ஆபிஸ்ல ஒரு பர்த்டே பார்ட்டி அட்டெண்ட் பண்ணப்போறோம். வர்ற வரைக்கும் பிரகாஷ கொஞ்சம் பார்த்துக்கணும் அதான்” என்றாள்.

“அதனால என்ன. நான்தான் இருக்கேன்ல. நான் பாத்துக்குறேன். நீங்க போயிட்டு வாங்க” என்றார்.

இருவரும் ஒன்றாக, “தேங்ஸ்” என்றார்கள்.

“நமக்குள்ள என்ன தேங்ஸ் எல்லாம் போயிட்டு வாங்க. நான் பாத்துக்குறேன்” என்றவர், இருசக்கர வாகனத்தை நிறுத்தச் சென்றார்.

ரேவதி கதவைத் திறந்து, "பிரகாஷ் போரடிச்சா ரவி அங்கிள் வீட்டுக்குப் போ. அங்க கேரம் எல்லாம் வச்சிருக்காங்க. போயி விளையாடு" என சொல்லிவிட்டுச் சென்றாள்.

இருசக்கர வாகனத்தை நிறுத்திவிட்டு வந்து, தொலைக்காட்சியில் பவர் ரேன்ஜர் பார்த்துக்கொண்டிருந்த பிரகாஷிடம், "எங்க வீட்டுக்கு வா. கேரம் ஆடிக்கிட்டே பவர் ரேன்ஜர் பாக்கலாம்" என்றார்.

அவனும் கேரம் என்றதும் மகிழ்ச்சியில் துள்ளிக் குதித்து அவருக்கு முன்பே ஓடிச் சென்று அவரின் வீட்டு வாசலில் நின்றான்.

கதவைத் திறந்ததும், அவன்தான் உள்ளே நுழைந்தான். அவனின் கண்கள் கேரம் போர்டைத் தேடியது. அவர் புரிந்துகொண்டு "ரூம்ல இருக்கு பாரு" என்றார்.

அவன் அறைக்குள் ஓடி கேரம் போர்டைத் தூக்கி வர முயன்றான். அவனால் முடியவில்லை. அது தொழில்முறை விளையாட்டு வீரர்கள் விளையாடும் போர்டு என்பதால், நான்கு கட்டைகளும் அகலமாகவும் அதிக எடையுடன் இருந்தது.

"இரு இரு. நான் எடுத்து வைக்கிறேன்" என்று அறையின் நடுவில் வைத்தார். அவன் காய்களை எடுத்து நடுவில் வைத்து அடிக்க ஆரம்பித்தான்.

"நீ விளையாடிக்கிட்டு இரு... நான் குளிச்சிட்டு வர்றேன்" என குளியலறைக்குச் சென்று குளித்துவிட்டு டவலுடன் அறைக்குள் வந்தார்.

பிரகாஷ் குழிக்குள் போட்ட காய்களை எடுத்து மடியில் வைத்து தனியாக விளையாடிக்கொண்டிருந்தான்.

"காய போர்டு மேல வை. மடில வைக்காத" என்று அவனுடைய மடியில் கிடந்த காய்களை எடுப்பதைப்போல், அப்படியே கால்சட்டை மேலேயே அவனுடைய ஆண் குறியை தொட்டுத் தொட்டுப் பார்த்தார். அவனுக்குக் கூச்சமாக இருந்தது. ஆனால் ஒன்றும் தெரியவில்லை. அவனும் கூட சேர்ந்து தன் மடியில் கிடந்த காய்களைப் பொறுக்கினான்.

காய்களை எடுத்து போர்டின் கட்டையில் வைத்ததும், "எனக்கு யூரின் வர்ற மாதிரி இருக்கு" என்றான்.

"வா..." என கழிப்பறைக்கு அழைத்துச் சென்றார். அவன் மூத்திரம் பெய்தான். பார்த்துக்கொண்டிருந்தார். முடித்துவிட்டு வெளியே வந்ததும் அவன் போர்டில் விளையாட உட்கார்ந்தான்.

"இரு ட்ரெஸ் மாத்திட்டு வர்றேன்" என்றவர் அவன் முன்னாடியே டவலை உருவிவிட்டு நிர்வாணம் ஆகினார். "அங்கிள் அம்மணமாயிட்டிங்க" என்று வாயைப் பொத்திக்கொண்டு சிரித்தான்.

அவரும் சிரித்தார். அவன் டக்கென்று, "எங்க அப்பாவும் காலைல ட்ரெஸ் போடும்போது டவல தவற விட்டுட்டாரு" என்று சிரித்தான்.

அவனை கட்டிப்பிடித்தார். முண்டியவன் "எங்கப்பா எங்க அம்மாவ இப்படிதான் அங்கிள் கட்டிப் புடிப்பாங்க" என்றான்.

"உனக்கு இந்த கேரம் போர்டு வேணுமா?"

அவன் "ம்..." என வேகமாக தலையாட்டினான்.

"அப்ப நான் சொல்ற மாதிரி செய்றியா?"

"ம்... செய்றேன் அங்கிள்."

....

....

....

"யாருகிட்டேயும் சொல்லிடக் கூடாது சரியா. அங்கிள் புது கேரம்போர்டு வாக்கித்தாறேன்" என்றார்.

"ஓகே அங்கிள்" என்றான்.

மீண்டும் அவனிடம் "நீ அப்படி யாருகிட்டேயும் சொன்னியன்னா அங்கிள் உனக்கு கேரம் போர்டு வாங்கித் தரமாட்டேன் சரியா" என்றார்.

"நான் யாருக்கிட்டேயும் சொல்ல மாட்டேன்" என்றான்.

"குட் பாய்" என்று கன்னத்தைக் கிள்ளி "இந்தா சாக்லெட் சாப்டுக்கிட்டு டிவி பாரு. நாளைக்கு கேரம் விளையாடலாம்" என்றார்.

அவன் சரியென்று தலையாட்டிவிட்டு சாக்லெட்டை வாங்கிக்கொண்டு பவர் ரேன்ஜர் பார்த்துக்கொண்டிருந்தான்.

ரேவதியும் சரவணனும் ரவியின் வீட்டு கேட்டிலிருந்து "பிரகாஷ்!" என சத்தம்போட்டார்கள்.

அவர்கள் கூப்பிடும் சத்தம் கேட்டதும் "யாருக்கிட்டேயும் சொல்லக் கூடாது. அப்பறம் புது கேரம் வாங்கி தரமாட்டேன் சரியா" என ரவி மீண்டும் பிரகாஷுக்கு ஞாபகப்படுத்தி வெளியே அழைத்து வந்தார்.

ஒன்றுமில்லை!

“**வ**ணக்கம்! நிரஞ்சனி, இப்ப பார்த்திங்கன்னா நேற்று இரவு ஒரு எட்டு அல்லது எட்டரை மணி அளவில் சம்பவம் நடந்ததென்று சொல்கிறார்கள். நேற்று மாலை பள்ளியின் சிறப்பு வகுப்பு முடிந்ததும் தமிழரசி பக்கத்து ஊரான வள்ளிப்புதூரில் வசிக்கும் தன் வகுப்புத் தோழி வாங்கிச் சென்ற தன்னுடைய நோட்டுபுத்தகத்தை வீட்டில் மறந்து வந்துவிட்டதால் அவருடைய வீட்டிற்குச் சென்று வாங்கி வரச் சென்றுள்ளார்.

திரும்பும் வழியில் மிதிவண்டியின் டயர் பஞ்சர் ஆனதால் வேறுவழியில்லாமல் தள்ளிக்கொண்டு வந்துள்ளார். அப்போது ஊர் எல்லையில் உள்ள கருவேலங்காட்டு ஒத்தையடிப் பாதையில் ஒருசில மர்ம நபர்களால் வழிமறிக்கப்பட்டு பாலியல் வன்புணர்வு செய்யப்பட்டுள்ளார்.

வெகுநேரமாகியும் இன்னும் வரவில்லை என்றதும் தமிழரசியின் பெற்றோர்களும் உறவினர்களும் பள்ளி ஆசிரியர்களிடமும் சக வகுப்பு தோழிகளிடமும் விசாரித்ததில் தமிழரசி அவர்கள்வள்ளிபுதூருக்கு சென்றது தெரியவந்துள்ளது. உடனே அவர்கள் அங்குச் சென்று விசாரித்தபோது கருவேலங்காட்டு ஒத்தையடிபாதையில் ஒரு பள்ளி மாணவி மயங்கிக் கிடந்ததாகவும்வெளியூருக்கு கூலி வேலைக்குச் சென்று திரும்பிய தொழிலாளர்கள் பார்த்து தூக்கி வந்துவள்ளிபுதூரில் உள்ள அரசு மருத்துவமனையில் சேர்த்துள்ளார்கள் என்ற தகவலை அறிந்து, நேரலையில்...

....

கடந்த வெள்ளியன்று பனிரெண்டாம் வகுப்பு மாணவி தமிழரசியின் பாலியல் சம்பவத்தில் ஈடுபட்டதாக சுமன் 38 வயது கணபதி

(25 வயது) கைது செய்யப்பட்டுள்ளனர். அவர்களிடம் நடத்திய தீவிர விசாரணையில் அதே ஊரைச் சேர்ந்த ரவி செங்குட்டுவன் மற்றும் டேவிட் என்பவர்களுக்கும் இதில் தொடர்ப்பு இருப்பதாக வாக்குமூலம் அளித்துள்ளனர்.

மேலும் கைது செய்யப்பட்ட சுமனும் கணபதியும் கஞ்சா குடிக்கும் பழக்கம் உடையவர்கள் என்றும் சம்பவத்தன்று ஐந்துபேரும் கருவேலங்காட்டிற்குள் கஞ்சா குடித்துவிட்டு காட்டிற்குள் இருந்து ஒத்தையடி பாதை மேட்டில் ஏறும்போது மிதிவண்டியைத் தள்ளிக் கொண்டு வந்த தமிழரசியைக் கண்டதும் வலுக்கட்டாயமாக இழுத்துக் கொண்டு காட்டிற்குள் சென்று வன்புணர்வு செய்ததாக ஒப்புக் கொண்டுள்ளார்கள். இதுபற்றி காவல் தரப்பில் கேட்டபோது உடனடியாக தனிப்படை ஒன்றை அமைத்து தலைமறைவு ஆனவர்களை விரைவில் பிடித்துவிடுவோம் என தகவல் தெரிவித்துள்ளார்கள். (தினச்செய்தி நாளிதழ் பக்கம் 2.)

ஐந்து நாட்களுக்கு முன்பு நடந்த வள்ளிபுதூர் பாலியல் வழக்கில் தேடப்பட்டு வந்த மூன்று குற்றவாளிகளில் ரவி மற்றும் டேவிட்டும் கோவையிலும், செங்குட்டுவன் சென்னை போரூரிலும் மறைந்துள்ளதாக தகவல் கிடைத்து ஒரேநாளில் மூன்றுபேரும் அதிரடியாக கைது செய்யப்பட்டனர். (முதல் செய்தி நாளிதழ் பக்கம் 9.)

பக்கம் 12ல் இடதுபுறம் சிறியக் கட்டத்திற்குள்
....
....
....
....
....

கோபமாய் கத்திய தனத்திடம்,

"இல்லம்மா பாத்துட்டு அப்படியே நாளைக்கு ஹால்டிக்கெட் கொடுக்குறாங்கன்னு சொல்லிட்டு போகதான் வந்தேன்" என்றான்.

"இனிமே வீட்டுக்கு வராத. அவ எங்கையும் வரமாட்டா. வந்துட்டானுங்க..." என தெரு வாசலிலேயே வைத்து திட்டிய தனத்தை, பக்கத்து வீட்டு விமலா,

"சரி விடுக்கா..." என்று வீட்டிற்குள் அழைத்துச் சென்றாள்.

இருவரும் வந்து கூடத்தில் அமர்ந்தார்கள்.

"வாசல்ல நின்னு ஏன்க்கா சத்தம்போடுற. அவன் என்னக்கா பண்ணுவான்?"

"என் வலி எனக்குத்தாண்டி தெரியும். பொம்புள புள்ளைய பொம்புள புள்ளையாவா நெனச்சாரு. திருவிழா கச்சேரிலேர்ந்து எவன் எங்க போராட்டம் நடத்துறான்னு தேடி தேடி ஆம்புள கூட்டம் இருக்குமேன்னு கூட பாக்காம எல்லா எடத்துக்கும் கூட்டிக்கிட்டு சுத்துனாரு. கேட்டா அப்பனும் மகளும் சேர்ந்து எனக்கு புத்தி சொல்லுவாங்க. இப்ப பாரு!"

"சரி இவன் கூடப்படிக்கிறவன்தான விடுக்கா."

"கூடப் படிச்சா என்ன? ஸ்கூல் முடிஞ்சி வெளில வந்தும் அந்த ஆம்பள பசங்க சவகாசம் தேவையா? வயசுக்கு வந்த புள்ள கொஞ்சம் கண்டிங்கன்னு சொன்னா ஆம்புள பசங்க கிட்ட பழகுனா என்ன தப்புன்னு திருப்பி என்னைய கேள்வி கேக்குறது. இப்ப நான்தான புழுங்குறேன்'' என கலங்கிய கண்களை முந்தானையில் துடைத்தாள்.

"சரி, நீ அழுகாதக்கா..."

"அழாம என்னடி பண்றது. நீ காலைல நடந்ததப் பாத்தியில்ல. நாம சும்மா இருந்தாலும் ஊரு வாயி சும்மா இருக்குமா. வைத்துல நெருப்பக் கட்டிக்கிட்டுருக்கேன்."

விமலா ஆறுதலாய் தனத்தின் தோளில் கை வைத்தாள். அப்போது அவளை யாரோ கூப்பிடுவதுபோல் சத்தம் கேட்டது.

"இந்த வந்துடுறேன்கா. நீ அழாம இரு" என்று எழுந்துபோனாள்.

தனம் தனியாக புலம்பிக்கொண்டு உட்கார்ந்திருந்தாள்.

தமிழரசியின் வகுப்புத் தோழனிடம், "நீ எதும் மனசுல வச்சிக்காதப்பா. அதெல்லாம் பரிச்சைக்கு வந்துடுவா. போயிட்டு வா!" என அனுப்பி வைத்துவிட்டு தெருவாசல் திண்ணையில் அமர்ந்திருந்த புகழேந்தி பக்கத்தில் வைத்திருந்த செம்பை எடுத்து தண்ணீர் குடித்தார். அதனருகே மிகச் சிறிய அளவிலானதொரு புத்தகம் இருந்தது. அதன் முன் அட்டையில் 'லீப்னெஹ்டின் சிலந்தியும் ஈயும்' என்று தலைப்பு கொட்டை எழுத்தில் அச்சிடப்பட்டிருந்தது. செம்பையும் புத்தகத்தையும் எடுத்துக்கொண்டு எழுந்து வீட்டினுள் சென்றார்.

அவர் உள்ளே வந்ததும் தனம் முணங்கியபடி எழுந்து அடுப்படிக்குச் சென்றாள். புகழேந்தி அறைக்குள் சென்றார். தமிழரசி கைகளை குறுக்கே கட்டி, தலையைக் கவிழ்த்து, அறையில் கிடந்த கட்டிலில்

உட்கார்ந்திருந்தாள். அவளருகில் பள்ளிக்கூட பாடப் புத்தகம் ஒன்று விரித்துப் புரட்டி வைக்கப்பட்டிருந்தது.

சுவற்றை ஒட்டியிருந்த மேஜையில் செம்பையும் புத்தகத்தையும் வைத்துவிட்டு வந்து தமிழரசியின் தலையை தடவிக்கொடுத்தார். உட்கார்ந்திருந்தவாறே நின்றிருந்தவரைக் கட்டிக்கொண்டாள். அழவில்லை.

“நீ எதப்பத்தியும் யோசிக்காதடா.”

சொல்லும்போதே அவருக்கு கண்கள் கலங்கியது. ஆனால், அடக்கிக்கொண்டார்.

“அம்மாதான. எதோ ஆதங்கத்துல பேசுறா. நான் ஒனக்கு சொல்லணும்னு அவசியம் இல்ல. எல்லாம் தெரிஞ்ச பொண்ணு நீ.”

எதற்கும் அவள் ‘ம்’ என்றுகூட சொல்லவில்லை. இந்தச் சம்பவம் நடந்ததிலிருந்து யாரும் சரியாகச் சாப்பிடவுமில்லை. பேருக்கு இரவு உணவு முடிந்தது. யாரும் யாருடனும் பேசிக்கொள்ளவில்லை. தூங்குவதற்கு முன் அறையில் இருந்த தமிழரசியிடம் எதாவதுன்னா அப்பாவக் கூப்பிடும்மா என்று சொல்லி அறைக் கதவைத் திறந்து வைத்துவிட்டு வாசல் கதவுக்குக் கீழே பாயை விரித்துப் படுத்தார். தனம் கூடத்தில் படுத்திருந்தாள்.

யார் பார்க்க வந்தாலும் அவர்களிடம் அவளை ஆம்பளையாட்டம் வளர்த்துட்டாரு. அதனாலதான் எம்புள்ள தனியா போயி கண்டவன் கண்ணுலையும் பட்டு சின்னாப்பின்னமாயிடிச்சி என தனம் புலம்பி அழுவதை நினைத்து ஒருவேளை தான்தான் தவறு செய்துவிட்டோமோ என்ற எண்ணம் புகழேந்தியின் தூக்கத்தை சோழியைப்போல் உருட்டிக்கொண்டிருந்தது. விழுவது எல்லாம் கண்ணீர்த்துளியாக தலையணையை நனைத்து.

காலையில் பார்க்க வந்த தன் கூடப் பிறந்த அண்ணனிடம்,

“உன் வீட்டு மருமகள பாருண்ண” என்று துக்கம் தாளாமல் சொன்னாள்.

உடனே அவர் கொஞ்சமும் யோசிக்காமல்,

“உனக்கு எதாவது கஷ்டம்னா சொல்லு உடனே வந்து நிக்கிறேன். இல்லன்னா பணத்தேவையா எங்கிட்ட தயங்காம கேளு. ஆனா இன்னமே தமிழரசி என் வீட்டு மருமகள்னு மட்டும் சொல்லாத தனம். என்மேல தப்பு இருந்தா மன்னிச்சிடு” என்று சொல்லிவிட்டு விருட்டென்று கிளம்பிச் சென்றுவிட்டார்.

பொறந்ததிலிருந்து அவரின் மகன்தான் தமிழரசிக்கு என்று பெரியவர்கள் பேசி முடிவு செய்து வைத்திருந்தார்கள். ஆனால் இப்போது சொந்த அண்ணனே இப்படிச் சொல்லிவிட்டாரே. இன்னும் வெளியில் மாப்பிள்ளை தேடினால் என்னவெல்லாம் சொல்வார்களோ என்று நினைத்து நினைத்து அழுதபடி கிடந்தாள் தனம்.

தமிழரசி எப்போது உறங்கினாள் தெரியவில்லை. காலைப் பொழுது முழுவதுமாய் புலரவில்லை. தூங்கினாளா என்பதுகூட சந்தேகம்தான். ஆனால் சீக்கிரமே எழுந்து வீட்டு வேலைகளை செய்துகொண்டிருந்தாள் தனம். புகழேந்தி பால் கறந்துகொண்டு வந்து தனத்திடம் கொடுத்தார்.

தமிழரசி குளித்து பள்ளிக்கூடத்துக்குச் சென்று ஹால்டிக்கெட் வாங்க தயாராகினாள். வீட்டு வேலைகளில் இருந்த தனம் அதைக் கவனிக்கவில்லை. சாப்பிடு என்று சொல்வதற்கு கூடத்துக்கு வந்த தனம் அப்போதுதான் தமிழரசி பள்ளி சீருடைய அணிந்து அறையைவிட்டு வெளியே வருதைப் பார்த்தாள். உடனே,

“நீ படிச்சது போதும். இனிமேலையும் நீ படிச்சி என்ன பண்ணப் போற. ஒன்ன யாருக்காவது ஒருத்தனுக்கு கட்டி வச்சாதான். எனக்கு நிம்மதி. அதுவரைக்கும் நீ எங்கயும் போவக்கூடாது. போதும், என் பேச்ச மீறி போனதெல்லாம்” என்று சத்தம் போட்டாள்.

சத்தம் கேட்டு வெளியில் இருந்து உள்ளே வந்த புகழேந்தி,

“செத்த சும்மா இருக்கியா. படிக்கப்போற புள்ளைக்கிட்ட என்ன பேசணும்னு உனக்குத் தெரியாது” என கை நீட்டி பேசினார்.

அவர் கையில் நூலகத்தில் திருப்பிக்கொடுக்க வேண்டிய இரண்டு புத்தகங்கள் இருந்தன. அதைப் பிடுங்கி வீசியெறிந்து,

“இந்த மாதிரி கண்ட கண்டதையும் கொண்டு வந்து கொடுத்துப் படிக்க வச்சிதான், நான் ஒன்னு சொன்னா சரின்னு கேட்டுக்கிட்டு இருக்காம, பதிலுக்கு அவ ஒன்னு பேசி இப்படி சீரழிஞ்சி நிக்கிறா. இனி என்ன சொல்லி யாருக்குக் கட்டி வைக்கப்போறோம்னு எந்தக் கவலையாச்சிம் இருக்குதா உங்களுக்கு. இவ்வளவு நாளா அவளக் கெடுத்தது போதாதுன்னு இப்ப மறுபடி வெளிய கூட்டிட்டுக் கௌம்புறீங்களா?” என்று ஆவேசத்துடன் கத்தினாள்.

தனம் இப்படியே சொல்லிச் சொல்லி, ஏற்கெனவே தன்னால்தான் பிள்ளையின் வாழ்க்கை கெட்டுப்போச்சோ என்ற சந்தேகத்திலிருந்த புகழேந்தி எதுவும் சொல்ல முடியாமல் திணரி நின்றார்.

புகழேந்தி அப்படி நிற்பதை பொறுத்துக்கொள்ள முடியாமல், "அம்மா கொஞ்சம் சும்மா இருக்கீங்களா?" என்றாள் தமிழரசி.

"ஆமாடி நான்தான் சும்மா இருக்கணும். பொம்ளப் புள்ள ஒன்ன கர சேர்க்குற வரைக்கும் எனக்குத்தான்டி நெஞ்சு எரியிது. நேத்து ஒன் மாமன் என்ன சொல்லிட்டுப் போனான் தெரியும்ல..?"

"எனக்கு கல்யாணமே ஆகலன்னாலும் பரவாயில்ல. உங்களுக்கு பாரமா இருக்க மாட்டேன்!"

"ஒனக்கு என்னடி நீ சொல்லுற. நான் வெளில தல காட்ட முடியல. ஒருத்தி என்னன்னா பொம்பள புள்ளைய ராத்திரி எட்டு மணி வரைக்கும் வெளில விட்டுட்டு நீ வீட்டுக்குள்ள என்ன பண்ணிக்கிட்டு இருந்தங்குறா? இன்னொருத்தி என்னன்னா, அடக்க ஒடுக்கமா வளத்துருந்தா வீட்டுல அடங்கி இருந்துருக்கும்குறா. ஒவ்வொருத்தியும் கேக்குற கேள்விக்கு என்னால மொகம் கொடுத்துப் பதில் சொல்ல முடியல. ஒன்ன வளக்குற மாதிரி வளர்த்திருந்தா எவளாவது மூஞ்சிக்கு முன்னாடி இப்படியெல்லாம் பேசுவாளுங்களா..? இல்ல இப்படிதான் நடந்துருக்குமா?"

"அப்ப, இதெல்லாம் வேணும்னே போயி நான் பண்ணன்னா?"

"அப்படி சொல்லலடி. ஒனக்கு நல்லது கெட்டது எப்படி செய்வேன்னு பயமா இருக்குடி. அத ஏன் புரிஞ்சிக்க மாட்டேங்குற?" பேசமுடியாமல் மீண்டும் அழுதாள்.

"அழாதீங்கம்மா. உண்மையில நீங்க சொல்ற மாதிரியான பொம்பள புள்ளயா வீட்டுக்குள்ளயே இருந்து வளர்ந்து இருந்தேன்னா இந்நேரம் இப்படி நடந்ததுக்கு தூக்கிமாட்டி செத்துப்போயிருப்பேன். அப்பா வளர்த்ததனாலதான் இன்னும் தைரியமா இருக்கேன். அத நீங்க புரிஞ்சிக்குங்க. நானும் மனுசிதான். இது நடந்தப்ப ஒரு வாரம் இனிமே எல்லாத்தையும் எப்படி ஃபேஸ் பண்ணப்போறோம்னு ஒரே பயமாவும் கொழப்பமாவும் இருந்துச்சி. ஆனா அடுத்த வாரத்துலேயே நான் தெளிவாகிட்டேன். தப்பு பண்றவனுங்களே வெட்கப்படாம வெளில சுத்தும்போது எந்தத் தப்பும் பண்ணாத நான் மட்டும் ஏன் வீட்டுக்குள்ளயே அடஞ்சிக் கெடக்கணும் சொல்லுங்க. இதுக்கு மேலையும் இல்ல நீ பொம்பளப் புள்ள அப்படி இப்படின்னு சொல்லி நான் வீட்டுக்குள்ளதான் இருக்கணும்னு சொன்னிங்கன்னா, கண்டிப்பா முடியாது. இன்னு ஒன்னு, நான் வெளில உள்ளவங்கள எல்லாம்

சமாளிச்சிடுவேன். ஆனா நீங்க பொலம்பி பொலம்பி அழுகுறததான் என்னால தாங்க முடியல...” என்று கண்கள் கலங்கினாள்.

புகழேந்தி, ‘‘விடும்மா..’’ என அவளின் தலையை தன் நெஞ்சோடு சாய்த்தார். இரண்டு மூன்று வினாடிகள் அப்படியே இருந்தவள்,

“நீங்க வாங்கப்பா போலாம்” அவரின் கையைப் பிடித்தாள்.

‘உன்னாலதான், உன்னாலதான்’ என்று தனம் திட்டத்திட்ட சிறிய குழப்பத்தில் இருந்த புகழேந்தி இப்போதுதான் தெளிவடைந்தார். உடனே அவளை அழைத்துக்கொண்டு ஸ்கூட்டியில் கிளம்பினார்.

சம்பவம் நடந்ததிலிருந்து பேசாமல் அமைதியாக இருந்தவள் இன்று தன் மனதில் உள்ள எல்லாவற்றையும் பேசியதும் மேற்கொண்டு எதுவும் சொல்லாமல் தனம் அவர்கள் செல்வதைப் பார்த்துக்கொண்டு நின்றாள்.

நான்கு வீடு தள்ளி திண்ணையில் புளி குத்திக்கொண்டிருந்த வயதானவள் அவர்கள் ஸ்கூட்டியில் செல்வதைப் பார்த்து,

“பெத்த வயிறு தனம் அடிச்சிக்குறா. இந்தாளப் பாரு அவனுக்கு என்னான்னு கூட்டிட்டுக் கிளம்புறான்” என்றாள்.

தமிழரசியைவிட இரண்டு வயது மூத்த பாட்டியின் பேரன்,

“அதுக்காக படிக்கிறப் புள்ளைய ஊட்டுக்குள்ள அடச்சி வைக்கச் சொல்றியா..?”

“கட்டிக்கிட்டு வேற ஊட்டுக்குப் போற புள்ளைக்கு இவ்வளவு நடந்ததுக்கு அப்புறமும் படிப்பு என்னடா வேண்டிக் கெடக்கு, படிப்பு. ஏன் நாங்க இல்ல?”

“ஆமா, நீங்க இருந்தீங்க. பேசாம புளிய குத்து” என எழுந்து வீட்டிற்குள் சென்றான்.

ஸ்கூட்டி தனியார் பள்ளியின் கேட்டைத் தாண்டியது. வாயில் காவலர் பின்புறம் அமர்ந்திருந்த தமிழரசியை பார்த்தவாறு எழுந்து வாகனம் நிறுத்தும் இடத்திற்கு வந்து தமிழரசியிடம் ‘‘நல்லா இருக்கியாமா?’’ என விசாரித்தவர் புகழேந்தியின் கைகளைப் பிடித்துக்கொண்டு,

“படிப்ப நிப்பாட்டிருவீங்களோன்னு பயந்தேன் அண்ணே. நல்லவேள நீங்க அப்படிச் செய்யல. என்ன நடந்தாலும் நம்ம புள்ளைங்க எல்லாம் படிச்சிதாண்ணே ஆகணும்” என்றார்.

புகழேந்தி “ஆமாண்ணே” என்றார்.

“சரி சரி, நீங்க ஆபிஸ்க்கு போயிப் பாருங்க. நீ தைரியமா இருமா!” என சொல்லிவிட்டு திரும்பி வாசலுக்குச் சென்றார்.

பள்ளி விடுமுறை என்பதால் தேர்வுக்கு ஹால் டிக்கெட் வாங்க வந்த மாணவர்கள் மட்டும் வந்திருந்தனர். அவர்களில் ஒருசிலர் தமிழரசி வந்த செய்தியைக் கேட்டு ஓடி வந்து அவள் வருவதை வேடிக்கைப் பார்த்தனர். ஒருசிலர் அவளுக்கு நடந்த விசயங்களை மெதுவாகப் பேசிக்கொண்டார்கள்.

தமிழரசி எதையும் கண்டுகொள்ளவில்லை. நேராகப் பார்த்தபடி நடந்தாள். புகழேந்திக்கு மனதுக்குள் நம்ம பொண்ணு இதையெல்லாம் எப்படி எதிர்க்கொள்ளப் போறா என்ற கேள்விகளோடு கூடவே நடந்து வந்தார்.

வகுப்புத் தோழி இரண்டு பேர் ஓடி வந்து, ‘‘நல்லா இருக்கியா?’’ என் கண்கள் கலங்கி தமிழரசியின் கையைப் பிடித்துக்கொண்டனர்.

தலைமையாசிரியர் அறைக்கு வந்து வாசலில் நின்றார்கள். அவர்களைப் பார்த்த தலைமையாசிரியர் ‘‘வாங்க... வாம்மா’’ என அழைத்து எதிரே இருந்த நாற்காலியில் அமர வைத்தார்.

தமிழரசியிடம் நம்பிக்கையான சில விசயங்களைப் பேசிய பிறகு தனது அலுவலக பெண் உதவியாளரிடம் தமிழரசியின் ஹால் டிக்கெட்டைக் கொண்டு வரும்படி சொல்ல நினைத்து, அவரைத் தேடினார். ஆனால், அவர் இல்லாததால் ‘‘வாங்க நான் வர்றேன்’’ என்று எழுந்தார். உடனே,

“நீங்க இருங்க மேம் நான் போயிட்டு வாங்கிட்டு வர்றேன்” என்றாள் தமிழரசி.

“நோ நோ... ஐ வில் ஆல்சோ கம் வித் யூ” என்றார்.

“இட்ஸ் ஓகே மேம்” என எழுந்தாள்.

“ஆர் யூ ஸ்யூர்?” என அவளுடைய கண்களைப் பார்த்தார்.

“எஸ் மேம்” என்றாள். தலைமையாசிரியருக்கும் புகழேந்தியிடம் தனியாகப் பேச வேண்டும் எனத் தோன்றியது. அதனால் போயிட்டு வரட்டும் என மேற்கொண்டு எதுவும் சொல்லவில்லை.

புகழேந்தி “போயிட்டு வாம்மா!” என்றார். தலைமையாசிரியரும் புகழேந்தியும் தனியே பேசிக்கொண்டிருந்தார்கள்.

அறையை விட்டு கொஞ்சம் தள்ளி நின்றிருந்த தமிழரசியின் தோழிகள் அவள் வெளியே வருவதைக் கண்டதும் அவளுடன் சேர்ந்து ஹால் டிக்கெட் கொடுக்கும் இடத்திற்குச் சென்றார்கள்.

அங்கு சற்று நீண்ட வரிசை இருந்தது. அவளைப் பார்த்ததும் நேற்று வீட்டிற்கு வந்த மனோகரும் மற்ற மாணவர்களும் அவளை நலம் விசாரித்து ''நீ ஃபஸ்ட் போ'' என்றார்கள். அவள் மறுத்துவிட்டு வரிசையில் நின்றிருந்தாள்.

அப்போது அந்த வழியைக் கடந்த ஆசிரியை ஒருவர் தமிழரசியை கண்டதும்,

“ஏய் என்ன இவ்வளவு விசயம் நடந்துருக்கு. ஒய் டிட் யூ கம். முழுசா த்ரீ வீக்ஸ் கூட ஆகல. இன்னும் நீ அடங்கி இருக்காம கிளாஸ்ல இருக்க மாதிரியே ஆட்டம் போட்டுக்கிட்டு வெளில வந்துட்ட. ஏன் நெக்ஸ்ட் டைம் எக்ஸாம் எழுதிக்க வேண்டியதுதான?” என்று கேட்டுக்கொண்டிருக்கும்போது, தமிழரசி நிற்கும் இடத்திலிருந்து வரிசை முன்னகர்ந்தது... அவள் துண்டாக தனியே நின்றாள்.

அந்த ஆசிரியையின் கண்களை நேருக்கு நேர் பார்த்து “நத்திங் மேம். ஐம் ஓகே. கொஞ்சம் நகருங்க... நான் முன்னாடி போகணும்!” என்று கையால் நகரச் சொல்லி சைகை காட்டி அவரைத் தாண்டி முன்னே நடந்து சென்றாள்.

கேலி

“நீங்க சொல்றதும் சரிதான். அதுபோலவே செஞ்சிக்குவோம். சின்னச்சாமி சொன்னது எல்லாருக்கும் சம்மதம்தான?” என்றார் வயதான ஒருவர்.

“அப்பபடியே பண்ணிக்கலாம்” என ஊர் பெரியவர்கள் பதினைந்து பேரும் ஒருமனதாகச் சொன்னார்கள். சரியென கூட்டம் கலைந்தது.

“அவரு கமிட்டிக்குத் தலைவர்கூட இல்ல. நம்மல மாதிரி முக்கியமான ஒரு மனுசன்தான். ஆனா பாத்தியா கூட்டத்துல ஒருத்தன் வேணும்னான், இன்னொருத்தன் வேணாம்னான் எல்லாரும் பேசட்டும்னு அமைதியா கேட்டுக்கிட்டு இருந்தவரு கடைசியா பேசி எல்லாருக்கும் மனசு கோணாம ஒரு விசயத்த சொல்லிட்டுப் போய்ட்டாப்ல. சொத்துபத்து கொறச்சலா இருந்தாலும் அவரு மேல ஒரு தனி மரியாத வர்றது இதுனாலதான்” என்று இருவர் சின்னச்சாமியைப் பற்றி பேசிக்கொண்டு சென்றார்கள்.

சின்னச்சாமி வருவதைப் பார்த்ததும் கோயில் திடலில் கிரிக்கெட் விளையாடிக்கொண்டிருந்த இளைஞர்களில் ஒருவன்,

“டேய் இருடா பால் போடத... சின்னச்சாமி மாமா போய்கிடட்டும்” என பந்துவீச ஓடி வந்தவனைத் தடுத்தான்.

அதைக் கவனித்தவர், “வெளாடுங்க வெளாடுங்க...” என்றார்.

“இல்ல மாமா நீங்க போயிக்கிருங்க” என்றான். அவனோடு சேர்ந்து ஃபீல்டிங் நின்ற ஒருசிலரும் ‘‘ஆமா மாமா’’ என்றனர். அவர் தலையாட்டிக்கொண்டே வேகமாக நடந்தார்.

சின்னச்சாமி வீட்டைத்தாண்டி போவதைப் பார்த்த மலர், “பெரியப்பா இன்னைக்கு நம்ம வூட்டுல வந்து சாப்டு” என்று குரல் கொடுத்தாள்.

நிற்காமல் நடந்துக்கொண்டே, “நீ சாப்புடு. ஒன் பெரியாயி சாப்புடாம இருப்பா...”

“அதுசரி அத உட்டுட்டு நீங்க எப்ப சாப்டிய. சரி சரி போயிட்டு வாங்க” என்றாள். அவர் சிரித்துபடி சென்றார்.

வேலி தட்டியை திறக்கும்போதே பார்த்தார். வாசலில் யாரோ வந்திருப்பதற்கான அடையாளமாய் புதிய செருப்புகள் கிடந்தன. தட்டியை அடைத்து கொக்கியை மாட்டும் சத்தம் கேட்டு கொல்லையில் படுத்துக் கிடந்த செவப்பி எழுந்து வந்து வாலாட்டிக்கொண்டே நக்கியது. அதன் மடி இறங்கி இருந்தது. பின்னாடியே அதன் பால்குடி குட்டிகள் சத்தம்போட்டபடி ஓடி வந்தது.

“வந்துட்டாங்க போல, இருங்க...” என சொல்லிவிட்டு வெளியே வந்தாள் சின்னச்சாமியின் மனைவி வள்ளித்தங்கம். அவர் நாய்களை கொஞ்சிக்கொண்டிருந்தார்.

“அண்ணன் அண்ணி எல்லாரும் வந்துருக்காங்க.”

“டீ போட்டுக் கொடுத்தியா?”

“ம் கொடுத்தேன்.”

வாசல் திண்ணைக்கு எதிரே வேலி ஓரம் போடப்பட்டிருந்த குழாய்க்கு அடியில் இருந்த வாலியில் தண்ணீரை அள்ளி முகத்தையும் காலையும் கழுவினார். கொண்டு வந்திருந்த துண்டைத் துடைக்கக் கொடுத்தாள் வள்ளித்தங்கம். துடைத்துக்கொண்டே,

“வாங்க மச்சான். தங்கச்சி எப்படிம்மா இருக்க?”

என குரல் கொடுதபடி வீட்டிற்குள் வந்தார். பதிலுக்கு முருகேசனும் அவர் மனைவி தாமரையும் நலம் விசாரித்தார்கள்.

“ம்... நல்லா இருக்கேன்” என்றவர், “ஏன் தங்கம், அதான் கரண்ட்ட நிப்பாட்டிருக்கான்னு தெரியிது. இங்க பாய்போட்டுருக்கலாம்ல உள்ள அணத்தல்ல உட்கார வச்சிருக்க” என்றார்.

“ஆமா பத்திரிக்க கொண்டு வந்தவங்கள திண்ணைலயா உட்கார வைக்க?” என்றாள் வள்ளித்தங்கம்.

“மச்சான் என்ன வெளியாளா தப்பா எடுத்துக்க. என்ன மச்சான் சொல்றிய?”

“அட நானும் அதான் சொன்ன... கேட்கல, என்ன பண்ண?”

சிரித்தபடி எழுந்து தனது பேத்தியின் காது குத்து விழாவுக்கு அழைப்பதற்காகக் கொண்டு வந்த பத்திரிக்கையையும் கூடவே

பாக்கு வெத்தலையையும் இரண்டு கைகளாலும் சின்னச்சாமியிடம், "வாங்கிகிங்க மச்சான்" என நீட்டினார். பத்திரிக்கையின் நான்கு முனைகளிலும் சந்தனம் தொட்டு வைத்திருந்தார்கள். சின்னச்சாமி தன் மனைவியை அழைத்து இரண்டுபேரும் ஒன்றாக வாங்கினார்கள்.

''மாப்ளயோட வீட்டு ஆளுங்களுக்கு வச்சாச்சா" என்றார் சின்னச்சாமி.

"நான் இருக்குற வரைக்கும் உங்களுக்குதான் மச்சான் முதல் மரியாதை" என்றார். சிரித்துக்கொண்டார்கள்.

சாப்பாடு முடித்து வெயில் சாய்ந்ததும் அவர்கள் கிளம்பிச் சென்றார்கள்.

இரண்டு நாட்கள் கழித்து சின்னச்சாமி சென்னையில் தங்கி இருக்கும் தனது மகள் வீட்டிற்குச் சென்றுவிட்டு மாலை ஊருக்குத் திரும்ப வேண்டி கிளம்பினார்.

"இருங்கப்பா வேல முடிச்சிட்டு வந்து பஸ் ஏத்திவிடுறேன்னு சொன்னாருப்பா" என்றாள்.

"அட நான் என்ன சின்ன பையனாம்மா. அதெல்லாம் போயிக்கிருவேன்மா"

என்று சொல்லிவிட்டு மகளின் வீட்டிலிருந்து கோயம்பேட்டுக்கு செல்வதற்காக பேருந்து நிறுத்தத்துக்கு நடந்துகொண்டிருந்தார். அப்போது சாலையின் அருகில் ஒரு வீட்டு வாசலில் நின்ற இளைஞன் அவரை மறித்து,

"அண்ண அண்ண, இந்த லட்டர கொஞ்சம் படிச்சி சொல்லுங்கண்ண" என்று கையில் ஒரு கடிதத்தைக் கொடுத்தான்.

வாங்கியவர், "ஏம்ப்பா தம்பி... நீ படிக்கலையா?" என்றார்.

"இல்லண்ண... சின்ன வயசுலேயே வேலைக்குப் போக ஆரம்பிச்சிட்டேன்ண" என்றான்.

அவரும் சரியென்று பிரித்துக் படிக்க ஆரம்பித்த உடனே மற்றொருவன் அவர்களிடம் வந்து,

"ஹலோ ஹலோ... எங்க வீட்டுக்கு முன்னாடி என்ன பண்றிங்க" என்றான்.

சின்னச்சாமியிடம் கடிதம் கொடுத்த இளைஞன், "அண்ண இந்த லட்டர கொடுத்துப் படிச்சி சொல்ல சொன்னாரு" என்றான்.

அவர் திடுக்கிட்டு, “ஏன் தம்பி நீதான படிக்கத் தெரியாது. கொஞ்சம் படிச்சி சொல்லுங்கன்னு கேட்ட. இப்ப நான் கேட்டதா சொல்ற” என்றார்.

“ஏன்ண பொய் சொல்றிங்க?” என்றான்.

“நான் ஏன் தம்பி பொய் சொல்லணும்?”

“அப்பறம் நீங்க கொடுத்துட்டு என்னைய சொல்றீங்க” என்றான்.

“சும்மா போப்பா” என்றவரின் கையிலிருந்த கடிதத்தை இரண்டாவதாக வந்த இளைஞன்,

“என்ன லட்டர் அதக் கொடுங்க” என வாங்கி “அன்புள்ள மாமாவிற்கு இன்று என் கணவர் வீட்டில் இல்லை. எனக்கு உன்னை பார்க்கணும் போல இருக்கு மதியம் வந்தால் ஃபுல் மீல்ஸ் கிடைக்கும். வரும்போது குல்பி ஐஸ் வாங்கி வரவும். இப்படிக்கு உன்னுடைய புஸ் புஸ் ஆன்ட்டி” என்று படித்தான்.

அவர், “நகருங்கப்பா” என்று அந்த இடம்விட்டு நடந்தார்.

கடிதத்தைப் படித்த இளைஞன் அவரைத் தடுத்து, “இது என் பொண்டாட்டி கையெழுத்து யாரு நீங்க?” என்றான்.

“அந்த தம்பிக்கிட்ட போயி கேளு. சும்மா போற ஆளுக்கிட்ட வம்பு பண்றீங்களா” எனக் கோவப்பட்டார்.

கடிதம் கொடுத்த இளைஞன்,

“அது உங்க ஒய்ஃபா. அந்த வீட்டு மாடில நின்ன ஒரு ஆன்ட்டிதான் இவரப் பார்த்து இந்த லட்டர வீசுனாங்க. அத எடுத்துக்கிட்டு அவங்களுக்கு இவரு கை காட்டுனாரு நான் எதிர்த்தாப்ல வரும்போதே பாத்தேன். நான் அவர கிராஸ் பண்ணும்போது எனக்குப் படிக்கத் தெரியாது கொஞ்சம் படிச்சி சொல்லுன்னு சொன்னாரு” என்றான்.

அந்தப் பெண்ணின் கணவர் என்று சொன்னவன் சின்னச்சாமியிடம், “எத்தன நாளா நடந்துக்கிட்டு இருக்கு இது?” என்றான்.

“ஏய் யாரப் பாத்து என்ன வார்த்த சொல்ற?” என்று அவர் கேட்கும்போது குறுக்கே,

“ரொம்ப நாளா நடக்குதுபோல பாத்தா அப்படிதான் தெரிஞ்சிச்சி” என்றான் அந்த இளைஞன்.

அவருக்கு கோபம் வந்து அவனை அடிக்க கை வீசினார். அவன் விலகிக்கொண்டான். சற்று தள்ளி நின்றவன்,

“இன்னொருத்தரு குடும்பத்துக்குள்ள நீங்க இப்படி பண்ணக் கூடாதுங்க” என்றான்.

“யாருடா பண்றது மரியாதையா பேசு” என்றார்.

கணவர் என்று சொன்னவன் ‘‘போலிஸ்க்கு கால் பண்றேன்!’’ என அலைப்பேசியை எடுத்தான்.

“நீ என்ன பேசுறது நானே பேசுறேன். நட போலிஸ் ஸ்டேசனுக்கு” என்றார்.

அவரை நகர விடாமல் குறுக்கே கடிதம் கொடுத்தவன் நின்றான். அலைபேசியில் பேசினான். உடனே சின்னச்சாமியின் காதுக்குள் கடிதம் கொடுத்தவன்,

“நீங்க பேசிக்கிட்டே இருங்க நான் நைசா அந்த வீட்டுக்குள்ள போயிடறேன்” என்றான்.

“டே போடா அந்தப் பக்கம் “ என்று அவன் நெஞ்சில் கை வைத்துத் தள்ளினார்.

அலைபேசியில் பேசிக்கொண்டிருந்தவன் திரும்பினான். அவனிடம்,

“அவரு போலிஸ்க்கு போன் பண்றாரு உண்மைய ஒத்துக்குங்கன்னு சொல்றேன். நீ அவர அந்தப் பக்கம் திரும்பி நிக்க வச்சி பேச்சிக்கொடுத்துக்கிட்டு இரு. நான் நைசா அந்த வீட்டுக்குள்ள போயிடுறேன்னு சொல்றாருங்க” என்றான்.

“என்ன வீட்டுக்குள்ள போவியா. யாரு வீட்டுக்குள்ள யாரு போறது” என்று அவரை அடிக்க கை ஓங்கியபடி தள்ளினான்.

“அவன்தான் அப்படிச் சொன்னான். உனக்கு மரியாத கெட்டுப் போயிரும் ஒனுங்கா போயிரு” என்றார்.

“என் பொண்டாட்டிக்கிட்ட கள்ளத் தொடர்பு வச்சிக்கிட்டு எனக்கு மரியாத கெட்டுரும்னு சொல்றியா” என அவரிடம் திமிறினான்.

அப்படியான வார்த்தையை அவன் கேட்டதும் சின்னச்சாமி ஓங்கி அவனுடைய கன்னத்தில் அறைந்தார். அவன் கன்னத்தைப் பிடித்துக்கொண்டு கீழே குனிந்தான். அவருக்கு ஆத்திரம் தீரவில்லை. ‘‘யாரப் பாத்து என்ன வார்த்தடா சொல்றீங்க?’’ என்று கடிதம் கொடுத்தவனை அடிக்க விரட்டினார்.

அவன் அங்கு நின்ற பெரிய தூங்குமூஞ்சு மரத்திற்கு பின்னாடி நின்றுக்கொண்டு. அவர் துரத்தும்போது இடம்வலமாக சுற்றிச் சுற்றி வந்து,

"அடுத்தவன் பொண்டாட்டிய வச்சிருக்கியே உனக்கு வெக்கமா இல்ல" என்று கேட்டு மேலும் மேலும் கோபப்படுத்தினான்.

வேகமாக மரத்தைச் சுற்றியவர் தடுக்கி விழுந்தார். உடனே அந்த இளைஞன்,

"அண்ணே அண்ணே... பிராங்க் அண்ணே" என்று அவரை எழுப்பிவிட முனைந்தான்.

அவன் சொன்னது அவர் காதில் விழவில்லை. அவனை அடிப்பதிலேயே குறியாய் இருந்தார். அவனே அவரைக் கட்டிப்பிடித்து,

"அண்ணே அங்க பாருங்கண்ணே... கேமரா பிராங்க் வீடியோ!" என்று அமைதிப்படுத்தினான். கூடவே அந்தப் பெண்ணின் கணவர் என்று சொன்னவனும் வந்து அவரை சமாதானப்படுத்தினான்.

"அண்ணே, என் பேரு சிந்து அவன் பேரு செரிஃப். நம்ம சேனலுக்கு ஒரு ஹாய் சொல்லிடுங்க" என்றான்.

"பேசாம போங்கப்பா" என கோபத்தோடு அங்கிருந்து சென்றார்.

சின்னச்சாமி ஊருக்கு வந்த பிறகு அந்த பிராங்க் செய்த யூடியூப் சேனல் சமூக வலைத்தளங்களில் பிரபலம் என்பதால் அந்த காணொளி அவர் ஊர் வரை வேகமாகப் பரவ ஆரம்பித்தது.

வயல் வேலை முடித்து சின்னச்சாமி குளத்தில் குளித்துவிட்டு வரும் வழியில் சிறுவர்கள் ஒளிந்துக்கொண்டு ''புஸ் புஸ் ஆன்ட்டி'' எனக் கத்திவிட்டு ஓடினார்கள். முதலில் அவருக்கு என்ன என்று தெரியவில்லை.

அவர் வேறு ஒரு சிந்தனையில் வந்துகொண்டு இருந்தார். அப்போது எதிரில் மிதிவண்டியில் வந்த இளைஞன் ஒருவன்,

"என்ன மாமா... ஒங்கள கேலி பண்ணிருக்கானுங்க. சும்மா விட்டுட்டு வந்துருக்கிய" என்றான்.

அவருக்குப் புரிந்துவிட்டது. ஆனால் வெளியில் காட்டிக் கொள்ளாமல் ''என்னய்யா..?'' என்றார்.

"என்ன மாமா அவனுங்க யாருன்னு தெரியாதா. பிராங்க் வீடியோ பண்றவனுங்க மாமா. இதான் அவனோட யூடியூப் சேனல்" என்று அவரைக் கேலி செய்த காணொளியைப் போட்டுக் காண்பித்தான்.

அவர் அடிக்க கையோங்கும்போது அவன் சிரித்துக்கொண்டே விலகுவது. மரத்தைச் சுற்றிச் சுற்றி ஓடும்போது தடுக்கி விழுவது என எல்லாவற்றையும் பார்த்தார். அவருக்கு அதற்கு மேல் அந்த இளைஞனுடன் நிற்க முடியவில்லை. தலையைக் கீழே போட்டபடி சரி சரிப்பா என வேக வேகமாக நடந்துச் சென்றார்.

ஊரில் கிட்டத்தட்ட எல்லாரும் பார்த்துவிட்டார்கள். அதனாலேயே ஓரிருநாள் வெளியே செல்வதையே தவிர்த்து வீட்டிலேயே இருந்தார். ஆனாலும் தன்னுடைய வயல்வெளித் தோட்ட வேலைகளுக்கு செல்லாமல் இருக்க முடியவில்லை. வரும் வழி, போகும் வழிகளில் அவரைப் பார்த்தால் ஒருசிலர் கிண்டல் செய்யவும் ஆரம்பித்தனர். அவமானமாக தோன்றும். ஆனாலும் வெளிக்காட்டிக்கொள்ளாமல் சிரித்து மழுப்பி அந்த இடம்விட்டு நகர்ந்துவிடுவார்.

இரவில் திண்ணையில் படுத்துக்கிடக்கும்போது "ஊருக்குள்ள மரியாதையா இருந்தேன். நாலுபேரு கிண்டல் பண்ணி சிரிக்கிற மாதிரி பண்ணிப்புட்டானுங்களே" என தனக்குத்தானே சொல்லி புலம்பினார்.

"விடுங்க. அதையே நெனச்சி கஷ்டப்படாதீங்க. பத்து பதினஞ்சி நாலு ஆனிச்சின்னா தன்னால மறந்துடுவாங்க" என வள்ளித்தங்கம் ஆறுதல் படுத்தினாள். எதுவும் சொல்லாமல் வானத்தையே பார்த்தபடி கிடந்தார்.

அடுத்தடுத்த நாட்களில் நேரடியாகவும் மறைமுகமாகவும் அவரை கேலியும் கிண்டலும் செய்வது அதிகமானதே தவிர குறையவில்லை. அவருக்குப் பிடிக்காத ஒரு சிலர் 'புஸ் புஸ் ஆன்ட்டி' என பட்டப்பெயர் சூட்டிவிட்டார்கள். அவர் காதுபடவே அப்படிச் சொல்லவும் செய்தார்கள். அதனாலயே வெளியில் யாரைப் பார்த்தாலும் பேசாமல் விலகிச் செல்ல ஆரம்பித்தார். நாலைந்து நாளில் மச்சானின் பேத்திக்கு காதுகுத்தும் நாள் வந்தது. இருபது கிலேமீட்டர் தள்ளியுள்ள அவரின் ஊருக்கு வள்ளித்தங்கமும் சின்னச்சாமியும் சென்றிருந்தார்கள்.

மண்டபத்தில் சொந்தபந்தங்கள் கூடியிருந்தது. நாற்காலியில் சின்னச்சாமி உட்கார்ந்திருந்தார். அவருக்கு அருகில் கூட்டமாக உட்கார்ந்திருந்த முருகேசனின் மாப்பிள்ளை வீட்டு சொந்தக்கார இளைஞர்களில் ஒருவன் அவரைப் பார்த்ததும் "டே பக்கத்துல உட்கார்ந்திருக்க ஆள எங்கயோ பாத்தமாதிரி இல்ல" என்றான்.

பட்டென்று "டேய் நம்ம புஸ் புஸ் ஆன்ட்டி லட்டர் கொடுத்துச்சின்னு விஜே சிந்துவும் செரிப்பும் பிராங்க் பண்ணுனான்கள்ல. அந்த

ஆளுடா!” என்றான் ஞாபகத்தில் வந்த ஒருவன். “ஆமாடா” என்று அவரைப் பார்த்துப் பார்த்துச் சிரித்தார்கள்.

அவர்கள் தன்னைப் பற்றித்தான் பேசிச் சிரிக்கிறார்கள் என்பதை புரிந்துக்கொண்டு எழுந்து சென்றார்.

அதைக் கவனித்த பக்கத்தில் உட்கார்ந்திருந்த சின்னச்சாமியின் வயதை ஒத்தவர்கள்,

“டேய் என்னங்கடா பெரிய மனுசன கிண்டல் பண்றீங்க. உங்க வயசு என்ன..? அவரு வயசு என்ன?”

அதில் ஒருவன், “இல்ல பிராங்க் வீடியோ பாத்தோம். அதுல இருந்தாரு. அத பாத்துதான் சிரிச்சோம். அவருகிட்ட எதும் வம்பு பண்ணல” என்றான்.

முறுக்கு மீசை வைத்திருந்த ஒருவர்,

“ஆமாடா ஒருத்தன கஷ்டப்படுத்தி எவனோ வீடியோ எடுத்துப் போட்டுருக்கான். அதப் பாத்து எப்புட்றா உங்கனால சிரிக்க முடியிது?”

“அன்னைக்கு மளிகக் கடைக்குப் போயி ஜாமான் கேக்குறேன் இவனுங்க மாதிரி ஒரு பையன் இருந்துக்கிட்டு நான் சொல்றத காதுல வாங்காம மொபைல பாத்து சிரிச்சிக்கிட்டு இருக்கான். டேய் என்னடா ரொம்ப நேரமா ஜாமான் கேட்டுக்கிட்டு நிக்கிறேன். அப்படி எதடா பாத்து சிரிச்சிக்கிட்டு இருக்கேன்னு கேட்டா. இதப் பாருங்கண்ண செம்ம காமெடின்னு அந்த வீடியோ காட்டுனான். டேய், நீ மொதல்ல ஜாமான எடுத்துக்கொடுடான்னு கேட்டதும் மொபைல அப்படியே அரிசி மூட்ட மேல வச்சிட்டுப் போனான்.

அப்படி என்னன்னு ஓடிக்கிட்டு இருந்த வீடியோவப் பாத்தா. ரோட்டுல ஒரு பொண்ணும் அவனோட புருசனும் போறாங்க. அவங்கள நிறுத்தி நான் அந்த பொண்ணோட எக்ஸ்னு சொல்றான். உடனே புருசன்காரன் அந்தப் பொண்ண ஒரு மாதிரி பாக்குறான். அந்த பொண்ணு அவன யாருன்னே தெரியாதுன்னு சொல்றா. உடனே அவன் அந்தப் பொண்ணுக்கு தெரிஞ்ச ஒருசில விசயங்கள சொல்றான். இதெல்லாம் அவனுக்கு எப்படி தெரியும்னு கேட்டு புருசன் மொறைக்குறான். அந்தப் பொண்ணு அவன திட்டுறா. புருசன்கிட்ட என்னைய நம்ப மாட்டிங்களான்னு கேட்குறா இப்படியே பேச பேச ஒரு கட்டத்துல அந்தப் பொண்ணு சத்தியமா அவன் யாருன்னே தெரியாதுங்க என்னைய நம்புங்கன்னு ரோட்டுலயே அழுகுறா.

அவன் சிரிச்சிக்கிட்டே 'அழுகாதீங்க உங்க ஃபிரண்ட் பிராங்க் பண்ண சொன்னாங்க'ன்னு சொல்றான். அவ தேம்பித் தேம்பி அழறா. அவளால அழுகைய அடக்க முடியல. இததான் அவன் எங்கிட்ட காட்டி 'பாருங்க செம்ம காமெடி'ங்கிறான். என்ன ஜென்மங்களோ போங்கடா அந்தப் பக்கம்" என்றதும் இளைஞர்கள் அங்கிருந்து எழுந்து வெளியே சென்றார்கள்.

தூரத்தில் நின்றுக்கொண்டிருந்த சின்னச்சாமியைக் கூப்பிட்டு,

"என்ன மச்சான் அங்க நின்னுக்கிட்டு இருக்கிய. உங்கள உள்ள நான் தேடிக்கிட்டு இருக்கேன். வாங்க இங்க" என அழைத்துச் சென்று ஒரு இளம்வயது பெண்ணின் முன்னே நிறுத்தி "இது யாருன்னு பாருங்க" என்றார்.

அவர் யோசித்தார்.

"அட நம்ம சேகரு மக" என்றார்.

சின்னச்சாமிக்கு ஆச்சர்யம். சேகர் அவருடன் நான்காம் வகுப்பு வரைப் படித்தவன். அந்தப் பெண் சிறியவளாக இருக்கும்போது சேகர் மனைவியுடைய ஊருக்கு வீடு மாறி சென்றுவிட்டார். சின்ன வயதில் பார்த்த பிள்ளையை பல வருடங்கள் கழித்து இன்று பெரிய பெண்ணாகப் பார்க்கிறார்.

"அவளிடம் நல்லா இருக்கியாமா? அப்பா எங்க?" என்றார் சின்னச்சாமி.

"அப்பா வரல அங்கிள். வேலையா வெளியூருக்கு போயிருக்காங்க" என்றாள்.

உடனே முருகேசன் அவளிடம்,

"இது யாருன்னு தெரியிதா?" என்றார்.

அவள் சிரித்துக்கொண்டே, "யாருன்னு தெரியல. ஆனா யூடியூப் வீடியோவுல பார்த்துருக்கேன்" என்றாள்.

சின்னச்சாமிக்கு எதுவும் சொல்ல முடியவில்லை. மேற்கொண்டு எதுவும் பேசாமல் விருவிருவென அங்கிருந்து சென்றார். முருகேசனுக்கு ஒன்றும் புரியவில்லை.

"என்ன மச்சான் ஆச்சி. நில்லுங்க!" என்று முருகேசன் கூப்பிட்டார்.

சின்னச்சாமி நிற்கவில்லை. அவரின் பின்னாடியே போனவர் சட்டென்று திரும்பி அந்த இளம்பெண்ணிடம் வந்து,

"என்ன வீடியோம்மா?" என்று கேட்டார்.

அவள் அந்தக் காணொளியை போட்டுக் காண்பித்தாள். அவருக்கு திக்கென்று இருந்தது. 'ஊருக்குள்ள மரியாதையான ஆள இப்படி கேலிக்கூத்தா ஆக்கிருக்கானுங்களே' என்று கோபப்பட்டார். உடனே முருகேசன் சின்னச்சாமியைத் தேடி மண்டபத்திற்குள் சுற்றினார்.

சின்னச்சாமி கழிப்பறைக்குள் தண்ணீர்க் குழாயைத் திறந்துவிட்டு அழுதுகொண்டிருந்தார்.